U0094052

★只要將本頁沿線割下，即可成為幫助記憶的「遮字卡」喔！

專為對越南語「有興趣」但「沒基礎」的你所設計，

從單字到會話、文法，有計畫地靠自己學習，

零基礎也能輕鬆地聽、說、使用越南語！

學習有捷徑
夢想最接近

　　學習越南語最重要的第一步，就是「單字」。不論是會話、文法、寫作的基本能力，都需要單字建立良好的根基。在這本《自學沒問題！專為入門初學者寫的第一本越南語單字手冊》書中，將實際生活中經常使用的單字分為12種情境，再細分為81種不同主題。此外，本書也選出日常生活中的常用例句，以五個單字組成一個句子做練習，這些句子不僅可以練習單字，在生活中也能實際運用。

　　在每一單元結束後，可以透過各種遊戲檢測實力，並使用前面學習的例句，進行充滿臨場感的實戰會話練習。書中的單字、例句、會話皆提供音檔，建議大家可以同時練習聽、說、讀和寫。各位只要循序漸進記下每個單字，絕對能感受到自己的實力一天天不斷地提升。

　　各位學越南語的朋友們！和《自學沒問題！專為入門初學者寫的第一本越南語單字手冊》一起努力吧，只要好好使用這本書，你也能和越南語成為朋友！

❶ 努力背誦單字。
（搭配MP3檔案）

發音區分**北部**和**南部**，要記住正確的表達。

在頁面下方的單字使用方法例句中，一一帶入單字，用句子幫助記憶單字。

❹ 使用遮字卡，檢測學過的單字。

❺ 利用測驗一下單元中的各種遊戲檢測學習成果。

❻ 在實戰基礎會話單元練習「單字使用方法」的例句，用實戰會話幫助記憶。

3

書中的單字、例句、會話皆提供音檔，只要掃描封面的**QR code**，即可看到「單字、例句、會話」三個資料夾。

本書將實際生活中經常使用的單字分為「12種情境單元」，每一單元再細分為「81種主題」。

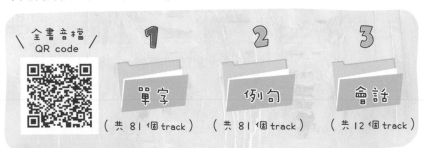

每一主題的單字音檔標示為 🎵單字 Track 01
音檔由外師將該主題之所有單字各唸一次。

每一主題的例句音檔標示為 🎵例句 Track 01
例句由該頁上方的越南語單字代入此處句型中，外師會先唸一次單字，再唸一次套入該單字的例句。

每一單元的會話音檔標示為 🎵會話 Track 01
音檔由外師將該單元之整理會話各唸一次。

目錄與學習進度表

目錄與學習進度表

緊張
緊張

interview

職業

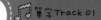 單字 Track 01

- [✓] **Học sinh** — 學生
- [ ]
- [ ]

- [ ] **Nhân viên văn phòng** — 上班族
- [ ]
- [ ]

- [ ] **Lính cứu hoả** — 消防人員
- [ ]

- [ ] **Cảnh sát** — 警察
- [ ]
- [ ]

- [ ] **Bác sĩ** — 醫生
- [ ]
- [ ]

單字使用方法

以上 5 個單字皆可放在白色框框中，成為完整的句子喔！ 例句 Track 01

* **Tôi là** 職業 .

　我是 職業 。

職業

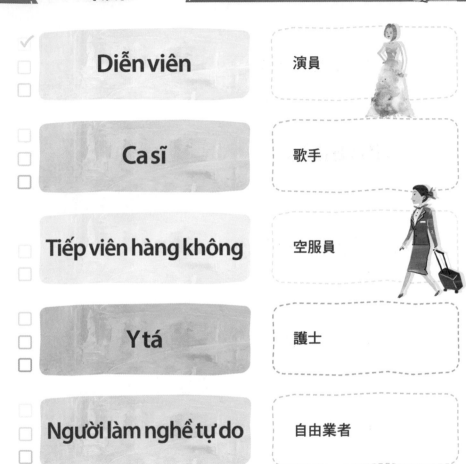

- ✓
- ☐
- ☐ **Diễn viên** 演員

- ☐
- ☐
- ☐ **Ca sĩ** 歌手

- ☐
- ☐ **Tiếp viên hàng không** 空服員

- ☐
- ☐
- ☐ **Y tá** 護士

- ☐
- ☐
- ☐ **Người làm nghề tự do** 自由業者

單字使用方法

以上5個單字皆可放在白色框框中，成為完整的句子喔！

※ **Tôi không phải là** 職業 .

我不是 職業 。

職業

✓ ☐ ☐	**Vận động viên**	運動選手
☐ ☐ ☐	**Nhà thiết kế**	設計師
☐ ☐	**Nhân viên bán hàng**	銷售員
☐ ☐ ☐	**Phiên dịch**	口譯員
☐ ☐ ☐	**Nhà văn**	作家 

單字
使用方法

以上5個單字皆可放在白色框框中，成為完整的句子喔！

◆ **Bạn là** ⬚職業⬚ **phải không?**

您是 ⬚職業⬚ 嗎？

職業

- [✓] **Giáo viên** — 老師

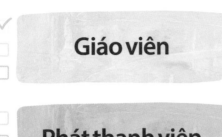

- [ ] **Phát thanh viên** — 主播

- [ ] **Nội trợ** — 家庭主婦

- [ ] **Kỹ sư** — 技術人員

- [ ] **Luật sư** — 律師

以上 5 個單字皆可放在白色框框中，成為完整的句子喔！

❋ **Mẹ tôi là** 　職業　．

我媽媽是 　職業　 。

11

職業

- [ ] **Công chức**　公務員

- [ ] **Phóng viên**　記者

- [ ] **Hướng dẫn viên du lịch**　導遊

- [ ] **Đầu bếp**　廚師

- [ ] **Biên tập viên**　編輯

單字使用方法

以上 5 個單字皆可放在白色框框中，成為完整的句子喔！

* **Bố tôi là** 職業 .

  我哥哥是 職業 。

數字

♪單字Track 02

Một	**Hai**
1	2
Ba	**Bốn**
3	4
Bẩy mươi	**Tám mươi**
70	80
Chín mươi	**Một trăm**
90	100
Một nghìn／Một ngàn	**Mười nghìn／Mười ngàn**
1,000	10,000

單字
使用方法

以上 10 個單字皆可放在白色框框中，成為完整的句子喔！♪例句Track 02

✱ Có 　數字　 cái.

　　有 　數字　 個。

☆TIP 北部／南部單字寫法區分：北部「**nghìn**」／南部「**ngàn**」

數字

Năm
5

6
Sáu

Bảy
7

Tám
8

8

Chín
9

9

Mười
10

Mười một
11

Mười hai
12

12

Mười ba
13

Mười bốn
14

以上 10 個單字皆可放在白色框框中，成為完整的句子喔！

* Cháu 數字 tuổi à?

小朋友，你 數字 歲嗎？

數字

Mười lăm 15	**Mười sáu** 16
Mười bảy 17	**Mười tám** 18
Mười chín 19	**Hai mươi** 20
Ba mươi 30	**Bốn mươi** 40
Năm mươi 50	**Sáu mươi** 60

單字使用方法

以上 10 個單字皆可放在白色框框中，成為完整的句子喔！

* Tôi ⎡ 數字 ⎤ tuổi.

我 ⎡ 數字 ⎤ 歲。

動物

 單字 Track 03

✓
☐
☐

Chuột

老鼠

☐
☐
☐

Trâu

水牛

☐
☐

Hổ

老虎

☐
☐
☐

Mèo

貓

☐
☐
☐

Rồng

龍

單字使用方法

以上 5 個單字皆可放在白色框框中，成為完整的句子喔！ 例句 Track 03

❈ **Tôi tuổi con** 　動物 　.

我屬 　動物 　。

☆TIP☆ 單位詞「**con**」：隻（常用於動物前方）

動物

☑ ☐ ☐	**Rắn**	蛇
☐ ☐ ☐	**Ngựa**	馬
☐ ☐	**Dê**	山羊
☐ ☐ ☐	**Khỉ**	猴子
☐ ☐ ☐	**Gà**	雞

單字 使用方法

以上 5 個單字皆可放在白色框框中，成為完整的句子喔！

❋ **Em trai tôi tuổi** 動物 .

我弟弟屬 動物 。

動物

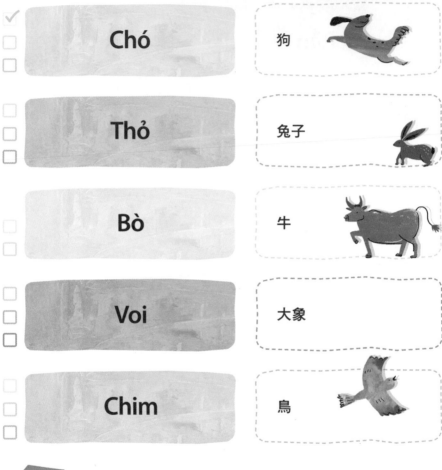

✓ Chó　　　狗

Thỏ　　　兔子

Bò　　　牛

Voi　　　大象

Chim　　　鳥

單字使用方法

以上 5 個單字皆可放在白色框框中，成為完整的句子喔！

Tôi thích con ［ 動物 ］ .

我喜歡 ［ 動物 ］ 。

☆TIP☆ 單位詞「con」：隻（常用於動物前方）

動物

✓ **Lợn / Heo** ☐ ☐ 　　豬

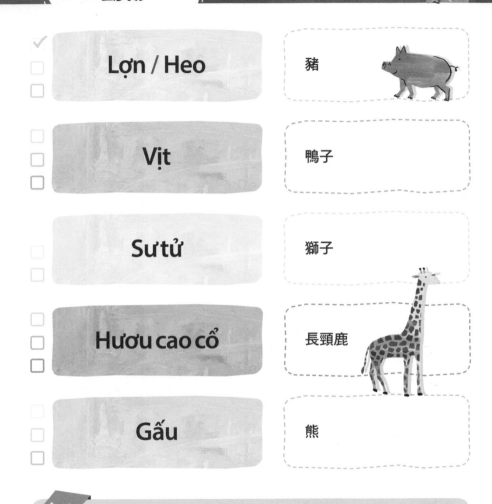

☐ ☐ ☐ **Vịt** 　　鴨子

☐ ☐ **Sư tử** 　　獅子

☐ ☐ ☐ **Hươu cao cổ** 　　長頸鹿

☐ ☐ ☐ **Gấu** 　　熊

單字使用方法

以上 5 個單字皆可放在白色框框中，成為完整的句子喔！

✳ **Tôi không thích con 　動物　.**

我不喜歡 　動物　 。

☆TIP: 北部／南部 的單字使用方式以顏色區分（以下皆同）

19

國家

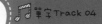 單字 Track 04

月　日

Hàn Quốc ── 韓國

Trung Quốc ── 中國

Nhật Bản ── 日本

Việt Nam ── 越南

Hồng Kông ── 香港

 單字使用方法

以上5個單字皆可放在白色框框中，成為完整的句子喔！ 例句 Track 04

* **Tôi là người** 國家 .

我是 國家 人。

20

國家

Mỹ	美國
Anh	英國 
Pháp	法國
Đức	德國
Úc	澳洲

單字使用方法

以上5個單字皆可放在白色框框中，成為完整的句子喔！

* **Tôi đến từ** [國家].

我從 [國家] 來。

國家

月　日

☑ ☐ ☐
Nga
俄羅斯

☐ ☐ ☐
Thái Lan
泰國

☐ ☐ ☐
Canada
加拿大

☐ ☐ ☐
Singapore
新加坡

☐ ☐ ☐
Ấn Độ
印度

單字使用方法

以上 5 個單字皆可放在白色框框中，成為完整的句子喔！

✱ **Tôi đã đi** 國家 **.**

　　我去過 國家 。

22

國家

- ✓
- ☐
- ☐

Ý 　　義大利

- ☐
- ☐
- ☐

Ai Cập 　　埃及

- ☐
- ☐

Thụy Điển 　　瑞典

- ☐
- ☐
- ☐

Thụy Sĩ 　　瑞士

- ☐
- ☐
- ☐

Tây Ban Nha 　　西班牙

單字使用方法

以上 5 個單字皆可放在白色框框中，成為完整的句子喔！

✤ **Tôi chưa đi** [國家] .

　　我沒去過 [國家]。

家人 單字Track 05

☑
☐
☐
Ông
爺爺

☐
☐
☐
Mẹ
媽媽

☐
☐
Bố
爸爸

☐
☐
☐
Em trai
弟弟

☐
☐
☐
Em gái
妹妹

單字使用方法　以上5個單字皆可放在白色框框中，成為完整的句子喔！ 例句Track 05

* **Gia đình tôi có** 家人 **,** 家人 **,** 家人 **và tôi.**

我們家有 家人 、 家人 、 家人 和我。

24

家人

Bà	奶奶
Anh trai	哥哥
Chị gái	姊姊 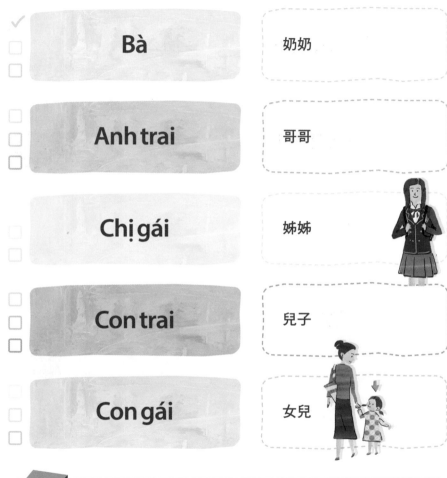
Con trai	兒子
Con gái	女兒

單字
使用方法

以上5個單字皆可放在白色框框中，成為完整的句子喔！

* **Tôi không có** 家人 .

我沒有 家人 。

家人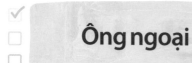

- ☑ ☐ ☐ **Ông ngoại** | 外公

- ☐ ☐ ☐ **Bà ngoại** | 外婆

- ☐ ☐ **Bố mẹ** | 父母

- ☐ ☐ ☐ **Vợ** | 妻子

- ☐ ☐ ☐ **Chồng** | 老公

 單字使用方法

以上5個單字皆可放在白色框框中，成為完整的句子喔！

* **Tôi sống với** 　家人　.

我和　家人　一起住。

家人

☑

Con rể | 女婿

Con dâu | 媳婦

Cháu trai | 孫子

Cháu gái | 孫女

Anh chị em | 兄弟姊妹

單字使用方法

以上5個單字皆可放在白色框框中，成為完整的句子喔！

* Bạn có 家人 không?

您有 家人 嗎？

27

興趣

♫ 單字 Track 06

✓ **Nấu ăn** — 做菜

□ **Chơi Bowling** — 打保齡球

□ **Sưu tầm** — 蒐集

□ **Chơi game** — 玩遊戲

□ **Leo núi** — 爬山

單字使用方法

以上 5 個單字皆可放在白色框框中，成為完整的句子喔！ ♫ 例句 Track 06

❋ **Sở thích của tôi là** 興趣 .

我的興趣是 興趣 。

興趣

☑
☐
☐ **Bóng chày**　棒球

☐
☐
☐ **Bóng rổ**　籃球

☐
☐ **Bóng bàn**　桌球

☐
☐
☐ **Quần vợt**　網球

☐
☐ **Bi-a**　撞球

單字
使用方法

以上5個單字皆可放在白色框框中，成為完整的句子喔！

* **Tôi không thích** 興趣 **lắm.**

我沒那麼喜歡 興趣 。

興趣

✓ Trượt tuyết	滑雪
Ma-ra-tông	馬拉松
Tập Yoga	做瑜珈
Chơi piano	彈鋼琴
Chơi ghita	彈吉他

單字使用方法

以上5個單字皆可放在白色框框中，成為完整的句子喔！

● **Sở thích của bạn là** 興趣 **phải không?**

您的興趣是 興趣 嗎？

興趣

- [✓] **Đọc sách** 讀書

- [ ] **Chơi bóng đá** 踢足球

- [ ] **Câu cá** 釣魚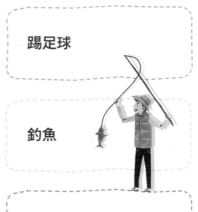

- [ ] **Chơi cờ vây** 下圍棋

- [ ] **Lướt sóng** 衝浪

單字使用方法

以上 5 個單字皆可放在白色框框中，成為完整的句子喔！

* **Anh ấy có thường** 興趣 **không?**

他常常 興趣 嗎？

興趣

Hát	唱歌
Nhảy múa	跳舞
Vẽ tranh	畫畫
Bơi	游泳
Cắm hoa	插花

單字使用方法

以上5個單字皆可放在白色框框中，成為完整的句子喔！

* **Cô ấy thích** 興趣 **.**

她喜歡 興趣 。

關心領域

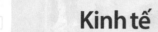 單字 Track 07

- [x] **Kinh tế** | 經濟
- [ ]
- [ ]

- [ ] **Chính trị** | 政治
- [ ]
- [ ]

- [ ] **Sức khỏe** | 健康
- [ ]

- [ ] **Văn hóa** | 文化
- [ ]
- [ ]

- [ ] **Công nghệ thông tin** | IT（資訊科技）
- [ ]
- [ ]

單字使用方法　以上 5 個單字皆可放在白色框框中，成為完整的句子喔！ 例句 Track 07

❋ **Tôi quan tâm đến** 關心領域 **.**

我對 關心領域 有興趣。

關心領域

☑

□
□ **Vấn đề xã hội**　　　社會文化

□
□ **Thể thao**　　　運動
□

Khoa học công nghệ　　　科學技術

□
□

□
□ **Tài chính**　　　金融
□

□
□ **Giải trí**　　　娛樂
□

單字使用方法

以上 5 個單字皆可放在白色框框中，成為完整的句子喔！

❋ **Tôi không quan tâm đến** 關心領域 **.**

我對 關心領域 沒興趣。

關心領域

Bảo vệ môi trường　環境保護

Giáo dục　教育

Âm nhạc　音樂

Thời trang　流行

Làm đẹp　美容

單字使用方法

以上 5 個單字皆可放在白色框框中，成為完整的句子喔！

* **Tôi không quan tâm đến** 關心領域 **lắm.**

我對 關心領域 沒那麼有興趣。

關心領域

☑
☐
☐ **Bất động sản** 　不動產

☐
☐
☐ **Hoạt động tình nguyện** 　社會服務

☐
☐ **Nghệ thuật** 　藝術

☐
☐
☐ **Đầu tư chứng khoán** 　做投資

☐
☐
☐ **Nhân quyền** 　人權

以上 5 個單字皆可放在白色框框中，成為完整的句子喔！

✱ **Bạn có quan tâm đến** 關心領域 **không?**

您對 關心領域 有興趣嗎？

測驗一下

✔ 請找出和興趣相關的單字，並圈起來。

Anh trai

Khỉ

Nấu ăn

Chơi piano

Tiếp viên hàng không

Leo núi

Hàn Quốc

Gà

Hát

Sức khỏe

Bố mẹ

Chơi bóng đá

37

實戰 基礎會話

將單字使用方法的句子帶入會話中，go！go！

A　Tôi là học sinh.　我是學生。

B　Vậy năm nay bạn bao nhiêu tuổi?
那今年幾歲？

A　Năm nay tôi hai mươi tuổi.　今年20歲。

B　Bạn tuổi gì?　你屬什麼？

A　Tôi tuổi con chuột.　我屬鼠。

B　Thế à, bạn là người Hàn Quốc phải không?
這樣啊，你是韓國人嗎？

A　Vâng, tôi là người Hàn Quốc.　我是韓國人。

B　Gia đình của bạn có mấy người?　你有幾個家人呢？

職業

數字（年紀）

動物

國家

將單字使用方法的句子帶入會話中，go！go！

A　Gia đình tôi có bố, mẹ, em gái và tôi. Còn bạn thì sao?
爸爸、媽媽、妹妹和我。你呢？

B　Gia đình tôi cũng có bốn người. Sở thích của bạn là gì?
我們家也是四個人。你的興趣是什麼？

A　Sở thích của tôi là leo núi. Còn bạn thì sao?
我們興趣是爬山，你呢？

B　Tôi cũng vậy.　我也是。

A　Tôi quan tâm đến sức khỏe.　我對健康有興趣。

B　Thế à. Rất vui được gặp bạn!　這樣啊。很高興認識你！

02 連結關係

妳我的初次見面 ♡

個人資訊  單字Track 08

Danh thiếp	名片	
Số điện thoại di động	手機號碼	
Số điện thoại	電話號碼	
Số liên lạc	聯絡方式	
E-mail	電子郵件	

單字
使用方法

以上5個單字皆可放在白色框框中，成為完整的句子喔！ 例句Track 08

＊ **Đây là** 個人資訊 **của tôi.**

這是我的 個人資訊 。

41

個人資訊

Tài khoản mạng xã hội

（SNS）帳號

Địa chỉ

地址

Thông tin cá nhân

個人資訊

Ngày tháng năm sinh

出生年月日

Tài khoản Facebook

Facebook
（FB）帳號

單字
使用方法

以上5個單字皆可放在白色框框中，成為完整的句子喔！

* **Xin cho tôi biết** 個人資訊 **của bạn.**

請告訴我你的 個人資訊 。

個人資訊

| Tài khoản instagram | Instagram（IG）帳號 |

| Chứng minh thư | 身分證 |

| Thẻ sinh viên
Thẻ học sinh | 學生證 |

| Thẻ nhân viên | 員工證 |

| Bằng lái xe | 駕照 |

單字使用方法

以上5個單字皆可放在白色框框中，成為完整的句子喔！

❋ Đây là 個人資訊 của anh ấy.

這是他的 個人資訊 。

外語

 單字 Track 09

✓ ☐ ☐	**Ngoại ngữ**	外語
☐ ☐ ☐	**Tiếng Việt**	越南語
☐ ☐	**Tiếng Hàn**	韓語
☐ ☐ ☐	**Tiếng Nhật**	日語
☐ ☐ ☐	**Tiếng Trung Quốc**	中文

單字使用方法

以上 5 個單字皆可放在白色框框中，成為完整的句子喔！ 例句 Track 09

* **Tôi có thể nói một ít** 外語 .

　　我會一點 外語 。

外語

✓ ☐ ☐	**Tiếng Anh**	英語 
☐ ☐ ☐	**Tiếng Pháp**	法語
☐ ☐	**Tiếng Nga**	俄羅斯語
☐ ☐ ☐	**Tiếng Đức**	德語
☐ ☐ ☐	**Tiếng Campuchia**	柬埔寨語

單字使用方法

以上 5 個單字皆可放在白色框框中，成為完整的句子喔！

* **Tôi không biết nói** 外語 .

我不會説 外語 。

人物描述

 單字 Track 10

Giỏi	傑出 
Thông minh	聰明 
Tỉ mỉ	細心
Hiền	善良
Vui tính	爽快

單字使用方法

以上5個單字皆可放在白色框框中，成為完整的句子喔！ 例句 Track 10

✦ **Cô rất** 人物描述 ！

您（女性）真是 人物描述 ！

✿TIPS 妳（女性）：**cô, chị**

你（男性）：**anh**

你（朋友）：**bạn**

人物描述

✓ ☐ ☐ **Chăm chỉ**	勤奮
☐ ☐ ☐ **Điềm đạm**	冷靜
☐ ☐ **Trung thực**	老實
☐ ☐ ☐ **Đẹp trai**	長得帥
☐ ☐ ☐ **Khó tính**	（個性）刁難

單字使用方法

以上 5 個單字皆可放在白色框框中，成為完整的句子喔！

＊ **Bạn tôi rất** [人物描述] ！

我朋友真的是 [人物描述] ！

人物描述

- **Xuất sắc** | 厲害

- **Có năng lực** | 有能力

- **Hài hước** | 幽默

- **Khôn ngoan** | 有智慧

- **Xấu** | 長得不好看、壞

單字使用方法

以上5個單字皆可放在白色框框中，成為完整的句子喔！

✳ **Người này rất** 人物描述 !

這個人真是 人物描述 !

人物描述

| Gầy | 瘦 |
| Béo / Mập | 胖 |

Xinh đẹp　漂亮

Thân thiện　親切

Dễ thương　可愛

單字使用方法

以上5個單字皆可放在白色框框中，成為完整的句子喔！

❋ **Cô ấy rất** [人物描述] ！

她真是 [人物描述] ！

☆TIPS：她： **cô ấy**
　　　　　　　 chị ấy
　　　　　他：**anh ấy**

活動 單字Track 11

- [✓]
- [ ] **Ăn cơm**
- [ ]

吃飯

- [ ]
- [ ] **Chụp ảnh**
- [ ]

照相

- [ ] **Đi du lịch**
- [ ]

旅行

- [ ]
- [ ] **Chơi**
- [ ]

玩樂

- [ ]
- [ ] **Uống rượu**
- [ ]

喝酒

單字使用方法

以上 5 個單字皆可放在白色框框中，成為完整的句子喔！ 例句Track 11

※ **Chúng ta cùng** 〔活動〕 **nhé.**

我們一起 〔活動〕 吧！

活動

☑	**Đi xem ca nhạc**	去演唱會
☐	**Xem phim**	看電影
☐	**Lái xe**	兜風
☐	**Đi khu vui chơi**	去遊樂園
☐	**Mua sắm**	購物 

單字使用方法

以上5個單字皆可放在白色框框中，成為完整的句子喔！

* **Ngày mai chúng ta cùng** 活動 **được không?**

我們明天可以一起 活動 嗎？

活動

- [✓] **Nói chuyện** 　　聊天
- [ ] **Ôn thi** 　　準備考試
- [ ] **Uống cà phê** 　　喝咖啡
- [ ] **Giảm cân** 　　減肥
- [ ] **Tập thể dục** 　　運動

單字使用方法

以上 5 個單字皆可放在白色框框中，成為完整的句子喔！

* **Tôi** ［ 活動 ］ **với bạn tôi.**

我和朋友一起 ［ 活動 ］ 。

活動

☑ ☐ ☐	**Học bài**	念書

☐ ☐ ☐	**Làm thêm**	打工

☐ ☐	**Đi dạo**	散步

☐ ☐ ☐	**Đi đám cưới**	參加結婚典禮

☐ ☐ ☐	**Làm việc**	工作

單字使用方法

以上 5 個單字皆可放在白色框框中，成為完整的句子喔！

* **Tôi định** [活動] .

我打算 [活動] 。

食物種類

 單字 Track 12

☑ ☐ ☐	**Món Hàn Quốc**	韓式料理

☐ ☐ ☐	**Món Trung Quốc**	中式料理

☐ ☐	**Món Nhật Bản**	日式料理

☐ ☐ ☐	**Món Tây**	西式料理

☐ ☐ ☐	**Món đặc sản**	風味料理

單字使用方法

以上5個單字皆可放在白色框框中，成為完整的句子喔！ 例句 Track 12

❋ **Tôi muốn ăn 食物種類 .**

我想吃 食物種類 。

食物種類

| Bánh | 麵包 |

| Món tráng miệng | 甜點 |

| Mì | 湯 |

| Đồ ăn nhanh | 速食 |

| Bánh kẹo | 餅乾 |

單字使用方法

以上 5 個單字皆可放在白色框框中，成為完整的句子喔！

❋ **Tôi không muốn ăn** 食物種類 .

我不想吃 食物種類 。

食物種類

✓
□
□

Món Việt Nam

越南料理

□
□
□

Món miền Tây

越南西部地區料理

□
□

Món Huế

順化料理

□
□
□

Món Thái Lan

泰國料理

□
□
□

Món Ấn Độ

印度料理

單字
使用方法

以上5個單字皆可放在白色框框中，成為完整的句子喔！

✽ **Tôi thích ăn** 食物種類 .

我喜歡吃 食物種類 。

✔ 請在方框中找出各題應填入的單字，並填在藍線中。

❶ _____ đẹp 漂亮

❷ Danh _____ 名片

❸ Tiếng _____ 越南語

❹ Khó _____ （個性）挑剔

❺ _____ phim 看電影

❻ Tập _____ 運動

❼ _____ Tây 樣式

❽ _____ bài 讀書

❾ _____ cà phê 喝咖啡

❿ Địa _____ 地址

Nhật Bản	Xinh	Ấn Độ	Xem	Rượu
thể dục	Du lịch	tính	Mua sắm	Việt
Món	Đi	Ăn	Đẹp trai	Học
Nói chuyện	thiếp	Chăm	Uống	Số
Việt Nam	Tài khoản	chỉ	Ảnh	Chụp

正確答案

❶ Xinh   ❷ thiếp   ❸ Việt   ❹ tính   ❺ Xem   ❻ thể dục
❼ Món   ❽ Học   ❾ Uống   ❿ chỉ

57

實戰 基礎會話

將單字使用方法的句子帶入會話中，go！go！

A Cô ơi, đây là danh thiếp của tôi. 那個，這是我的名片。

B Cám ơn, anh biết nói tiếng Việt không?
謝謝，您（男性）會說越南語嗎？

A Tôi có thể nói một ít tiếng Việt, còn cô?
我會說一點越南語，您（女性）呢？

B Tôi nói được tiếng Anh và một chút tiếng Hàn.
我會說英文和一點韓語。

A Cô rất thông minh! 您（女性）真聰明呢！

B Cám ơn anh, tôi còn kém lắm.
謝謝，還有很多不足之處。

個人資訊

外語

人物描述

58

 將 單字使用方法 的句子帶入會話中，go！go！

A Khi nào rảnh, chúng ta cùng ăn cơm nhé.
有時間的話我們一起吃飯。

B Vâng, anh muốn ăn món gì? 好，要吃什麼東西呢？

A Tôi muốn ăn món Hàn Quốc. 我想吃韓式料理。

B Vâng, tôi cũng thích món Hàn Quốc.
好的，我也喜歡韓式料理。

活動

食物種類

-2-

59

棉被外面很危險！

時刻

🎵單字Track 13

Một giờ	Hai giờ
1點	2點
Ba giờ	Bốn giờ
3點	4點
Năm giờ	Sáu giờ
5點	6點
Bảy giờ	Tám giờ
7點	8點
Chín giờ	Mười giờ
9點	10點

單字使用方法

以上10個單字皆可放在白色框框中，成為完整的句子喔！🎵例句Track 13

🔶 **Bây giờ là** 　時刻　 .

　　現在是　時刻　。

時刻

Mười một giờ	**Mười hai giờ**
11點	12點
Một giờ đúng	**Một giờ mười phút**
1點整	1點 10分
Một giờ mười lăm phút	**Một giờ hai mươi phút**
1點 15分	1點 20分
Hai giờ ba mươi phút	**Hai giờ rưỡi**
2點 30分	2點 半(30分)
Ba giờ bốn mươi lăm phút	**Bốn giờ kém năm**
3點 45分	再5分鐘4點

單字使用方法

以上 10 個單字皆可放在白色框框中，成為完整的句子喔！

* **Chúng ta xuất phát lúc** 時刻 **.**

我們 時刻 出發。

日常動作

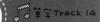 單字Track 14

☑ ☐ ☐	**Rửa mặt**	洗臉
☐ ☐ ☐	**Tắm**	洗澡
☐ ☐	**Đánh răng**	刷牙
☐ ☐ ☐	**Lướt web**	上網
☐ ☐ ☐	**Đọc báo**	看新聞

單字使用方法

以上5個單字皆可放在白色框框中，成為完整的句子喔！ 例句Track 14

❋ **Con đang** 日常動作 **ạ.**

　　我（子女）在 日常動作 。

☆TIP： 「con」：孩子、子女（父母對孩子的稱呼、子女對父母指稱自己的稱呼）

日常動作

☑ Gọi điện thoại	打電話
☐ Vứt rác	丟垃圾
☐ Làm bài tập	寫作業 
☐ Giặt quần áo	洗衣服
☐ Nghỉ	休息 

單字使用方法

以上5個單字皆可放在白色框框中，成為完整的句子喔！

＊ **Bây giờ tôi đang** 日常動作 .

我現在正在 日常動作 。

日常動作

☑ ☐ ☐	**Ngủ**	睡覺
☐ ☐ ☐	**Dọn phòng**	打掃房間
☐ ☐	**Làm việc nhà**	做家事
☐ ☐ ☐	**Trang điểm**	化妝 
☐ ☐ ☐	**Ăn sáng**	吃早餐

單字使用方法

以上 5 個單字皆可放在白色框框中，成為完整的句子喔！

❋ **Con vẫn đang** 日常動作 **à?**

你（子女）還在 日常動作 ？

☆TIP☆ 「**con**」：孩子、子女（父母對孩子的稱呼、子女對父母指稱自己的稱呼）

65

日常動作

- [x] Thức dậy — 起床
- [ ] Mặc áo — 穿衣服
- [ ] Đi giày — 穿鞋子
- [ ] Đi ra ngoài — 出去、外出
- [ ] Rửa bát / Rửa chén — 洗碗

單字使用方法

以上 5 個單字皆可放在白色框框中，成為完整的句子喔！

* **Tôi đã** `日常動作` **rồi.**

我已經 `日常動作` 了。

生活用品

 單字Track 15

- [✓] **Khăn tắm**　毛巾
- [ ]
- [ ]

- [ ] **Giấy vệ sinh**　衛生紙
- [ ]
- [ ]

- [ ] **Đồng hồ đeo tay**　手錶
- [ ]

- [ ] **Điện thoại di động**　手機
- [ ]
- [ ]

- [ ] **Ví**　錢包
- [ ]
- [ ]

單字使用方法

以上5個單字皆可放在白色框框中，成為完整的句子喔！ 例句Track 15

❋ **Cho con** 生活用品 **ạ.**

請給我（子女） 生活用品 。

☆TIP☆ 「con」：孩子、子女（父母對孩子的稱呼、子女對父母指稱自己的稱呼）

67

生活用品

- [x] **Dầu gội đầu** — 洗髮精
- [ ] **Dầu xả** — 潤髮乳
- [ ] **Sữa tắm** — 沐浴乳
- [ ] **Xà phòng / Xà bông** — 肥皂
- [ ] **Kem đánh răng** — 牙膏

單字使用方法

以上5個單字皆可放在白色框框中，成為完整的句子喔！

✱ **Tôi dùng hết** 生活用品 **rồi.**

我把 生活用品 都用完了。

生活用品

- [x]
- [ ] **Dao**
- [ ]

刀子

- [ ]
- [ ] **Chảo**
- [ ]

平底鍋

- [ ] **Nồi**
- [ ]

鍋子

- [ ]
- [ ] **Sạc pin**
- [ ]

充電器

- [ ]
- [ ] **Điều khiển từ xa**
- [ ]

遙控器

單字使用方法

以上5個單字皆可放在白色框框中，成為完整的句子喔！

* **Bạn để** 生活用品 **ở đâu?**

　生活用品 放在哪裡？

生活用品

月　日

☑ **Tất**　襪子

Cốc giữ nhiệt / Ly giữ nhiệt　保溫杯

Kính　眼鏡

Đồ ngủ　睡衣

Bàn chải đánh răng　牙刷

單字 使用方法

以上5個單字皆可放在白色框框中，成為完整的句子喔！

❋ **Tôi không tìm thấy** 生活用品 **.**

找不到 生活用品 。

70

生活用品

- ☑ **Chén trà / Tách trà**　茶杯

- **Ấm trà**　茶壺

- **Móc chìa khoá**　鑰匙圈

- **Ô / Dù**　雨傘

- **Lịch**　日曆

單字
使用方法

以上5個單字皆可放在白色框框中，成為完整的句子喔！

* **Tôi tìm thấy** 生活用品 **rồi.**

找到 生活用品 了。

生活用品

✓ Đồ lưu niệm	紀念品
Bưu thiếp	明信片
Tem	郵票
Quả cầu tuyết	水晶球
Quạt	扇子

單字
使用方法

以上5個單字皆可放在白色框框中，成為完整的句子喔！

* **Mua** 生活用品 **này ở đâu?**

這個 生活用品 是在哪裡買的？

72

房子構造 🎵單字Track 16

✓	**Phòng khách**	客廳
☐	**Phòng ngủ**	臥室 
☐	**Phòng tắm**	浴室 
☐	**Ban công**	陽台
☐	**Sân nhà**	庭院 

單字使用方法

以上5個單字皆可放在白色框框中，成為完整的句子喔！🎵例句Track 16

※ Ở 房子構造 .

有 房子構造 。

房子構造

✓	**Phòng**	房間
	Bếp	廚房 
	Phòng đọc sách	書房 
	Phòng vệ sinh	廁所
	Thềm nhà	玄關

單字使用方法

以上 5 個單字皆可放在白色框框中，成為完整的句子喔！

❋ **Ở trước** 房子構造 **.**

房子構造 在前面。

感情

 單字 Track 17

Vui	高興
Thích thú	享受
Thú vị	趣味
Sợ	可怕
Bực mình	煩躁

單字使用方法

以上5個單字皆可放在白色框框中，成為完整的句子喔！ 例句 Track 17

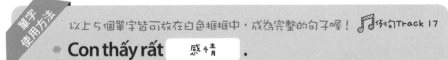

＊ **Con thấy rất** 　感情　.

　　我（子女）非常 　感情　 。

☆TIP：「con」：孩子、子女（父母對孩子的稱呼、子女對父母指稱自己的稱呼）

感情

月 日

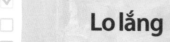

☑
☐
☐
Lo lắng 擔心

☐
☐
☐
Cô đơn 孤獨

☐
☐
Rầu rĩ 憂鬱

☐
☐
☐
Vội vàng 急躁

☐
☐
☐
Tức giận 生氣

單字使用方法

以上5個單字皆可放在白色框框中，成為完整的句子喔！

* **Tôi hơi** 感情 .

我有點 感情 。

感情

☑ ☐ ☐	**Buồn**	傷心

☐ ☐ ☐	**Khó xử**	為難

☐ ☐	**Căng thẳng**	緊張

☐ ☐ ☐	**Cảm động**	感動

☐ ☐ ☐	**Cảm kích**	感激

單字使用方法

以上 5 個單字皆可放在白色框框中，成為完整的句子喔！

❋ [感情] quá.

十分地 [感情] 。

感情

| Buồn chán | 無聊 |

| Ngạc nhiên | 驚訝 |

| Bị tổn thương | 受傷 |

| Thắc mắc | 好奇 |

| Hài lòng | 滿足 |

單字
使用方法

以上5個單字皆可放在白色框框中，成為完整的句子喔！

★ Tôi không 〔感情〕 một chút nào cả.

我一點都不 〔感情〕 。

測驗一下

從迷宮中找出和感情相關的單字，並走出迷宮。

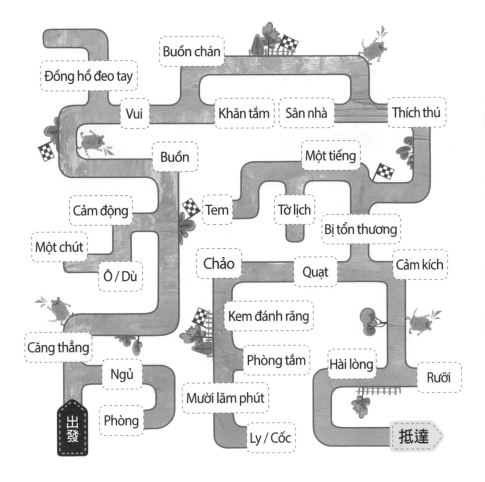

實戰**基礎會話**

將 單字使用方法 的句子帶入會話中，go！go！

A　Mẹ ơi, bây giờ là mấy giờ ạ? 媽媽，現在幾點？

B　**Bây giờ là** bảy giờ. 現在七點。

B　**Con vẫn đang ngủ à?** 你還在睡嗎？

A　Không ạ. Con đang rửa mặt ạ.
　　沒有，我在洗臉。

A　Mẹ, **cho con khăn tắm ạ.** 媽媽，請給我毛巾。

B　Ở đó có rồi mà.
　　不是在那嘛！

A　Ở đâu ạ? 在哪裡？

B　Ở phòng tắm. 在浴室啊！

時刻

日常動作

生活用品

房子構造

80

B　Nhưng, hôm nay là chủ nhật mà con?
　　今天不是星期天嗎？

A　Giời ơi, con thấy rất bực mình. 噢不，真煩躁！

感情

挑戰前往動物園！

交通工具

♫ 單字 Track 18

✓ ☐ ☐	**Tàu điện ngầm**	地鐵 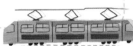
☐ ☐ ☐	**Xe buýt**	公車
☐ ☐	**Tàu thuỷ**	船
☐ ☐ ☐	**Xe buýt hai tầng**	雙層巴士
☐ ☐ ☐	**Tàu cao tốc**	高速鐵路 

單字
使用方法

以上5個單字皆可放在白色框框中，成為完整的句子喔！♫ 例句 Track 18

❋ **Chúng ta đi bằng** 交通工具 **nhé.**

我們搭 交通工具 去吧！

交通工具

☑ ☐ ☐	**Máy bay**	飛機 
☐ ☐ ☐	**Xe buýt sân bay**	機場巴士
☐ ☐	**Tàu hoả / Xe lửa**	火車
☐ ☐ ☐	**Cáp treo**	纜車
☐ ☐ ☐	**Tắc xi**	計程車

單字使用方法

以上5個單字皆可放在白色框框中，成為完整的句子喔！

❋ **Chúng ta đi bằng** 交通工具 **đi.**

我們搭 交通工具 去吧！

84

交通工具

☑ ☐ ☐	**Xe đạp**	自行車 
☐ ☐ ☐	**Xe máy**	摩托車
☐ ☐	**Xe điện**	電動車

單字
使用方法

以上3個單字皆可放在白色框框中，成為完整的句子喔！

＊ **Chúng ta đi** ⌈交通工具⌋ **nhé.**

我們搭 ⌈交通工具⌋ 去吧！

交通工具

☑ ☐ ☐ **Lái xe**	開車
☐ ☐ ☐ **Lên xe**	搭車
☐ ☐ **Đi bộ**	走路
☐ ☐ ☐ **Chạy**	跑步
☐ ☐ ☐ **Đi chung xe**	共乘

單字使用方法

以上5個單字皆可放在白色框框中，成為完整的句子喔！

✦ **Chúng ta** 交通工具（移動方式） **nhé.**

我們 交通工具（移動方式） 吧！

交通地點 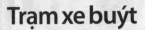 單字 Track 19

☑
☐ **Trạm xe buýt**　　公車站
☐

☐
☐ **Ga tàu điện ngầm**　　地鐵站
☐

☐ **Sân bay**　　機場
☐

☐
☐ **Bến xe**　　客運
☐

☐
☐ **Trạm xe buýt sân bay**　　機場巴士站
☐

 單字使用方法

以上 5 個單字皆可放在白色框框中，成為完整的句子喔！ 例句 Track 19

* **Ở gần đây có** ⬚交通地點⬚ **không?**

　　附近有 ⬚交通地點⬚ 嗎？

交通地點

✓ ☐ ☐	**Ga tàu hoả / Ga xe lửa**	火車站
☐ ☐ ☐	**Bãi đỗ xe / Bãi đậu xe**	停車場
☐ ☐	**Cửa hàng cho thuê xe máy**	摩托車租借店
☐ ☐ ☐	**Bến tàu**	碼頭
☐ ☐ ☐	**Cảng**	港口

單字使用方法

以上5個單字皆可放在白色框框中，成為完整的句子喔！

✽ **Ở gần đây không có** ⌈交通地點⌋ **.**

附近沒有 ⌈交通地點⌋ 。

時間

♫ 單字 Track 20

✓ Một tiếng	1小時
Một giờ đồng hồ	1小時
Một tiếng mười phút	1小時10分鐘
Một tiếng ba mươi phút	1小時30分鐘
Một tiếng rưỡi	1小時半

單字使用方法

以上5個單字皆可放在白色框框中，成為完整的句子喔！ ♫ 例句 Track 20

❋ **Ít nhất là mất** 時間 .

至少要花 時間 。

時間

越南文	中文
✓ Một phút	1分鐘
Năm phút	5分鐘
Năm phút ba mươi giây	5分鐘30秒
Mười lăm phút	15分鐘
Ba mươi phút	30分鐘

單字使用方法

以上5個單字皆可放在白色框框中，成為完整的句子喔！

* Phải đi khoảng [時間] .

大約 [時間] 。

外出地點

🎵單字Track 21

☑
☐
☐
Vườn bách thú　　動物園

☐
☐
☐
Vườn bách thảo　　植物園

☐
☐
☐
Vũ trường　　夜店

☐
☐
☐
Viện bảo tàng　　博物館

☐
☐
☐
Khu trượt tuyết　　滑雪場

單字
使用方法

以上5個單字皆可放在白色框框中，成為完整的句子喔！🎵例句Track 21

Đi 外出地點 **như thế nào?**

外出地點 要怎麼去？

外出地點

☑
☐
☐
Phòng bán vé
售票處

☐
☐
☐
Quầy hướng dẫn
服務中心

☐
☐
Thuỷ Cung
水族館

☐
☐
☐
Biệt thự
度假別墅

☐
☐
☐
Khách sạn
飯店

單字使用方法

以上5個單字皆可放在白色框框中，成為完整的句子喔！

❊ **外出地點** **cách đây có xa không?**

外出地點 離這裡遠嗎？

道路相關地點 單字Track 22

✓
☐
☐ **Đèn giao thông** 紅綠燈

☐
☐
☐ **Chỗ sang đường** 馬路

☐
☐ **Ngã tư** 十字路口

☐
☐
☐ **Ngã ba** 三岔路口

☐
☐
☐ **Cầu vượt đi bộ** 天橋

單字使用方法

以上5個單字皆可放在白色框框中，成為完整的句子喔！ 例句Track 22

* **Đến** 道路相關地點 **thì rẽ phải.**

到 道路相關地點 再右轉。

93

方向

🎵單字Track 23

✓	**Phía trước**	前方

	Phía sau	後方

	Bên trái	左方

	Bên phải	右方

	Đối diện	對面

單字使用方法

以上5個單字皆可放在白色框框中，成為完整的句子喔！🎵例句Track 23

* **Ở ngay** ⌈ 方向 ⌋ .

　就在 ⌈ 方向 ⌋ 。

方向

✓ **Phía đông** 　東方

☐
☐

☐
☐ **Phía tây** 　西方
☐

☐ **Phía nam** 　南方
☐

☐
☐ **Phía bắc** 　北方
☐

☐
☐ **Bên cạnh** 　旁邊
☐

單字使用方法

以上5個單字皆可放在白色框框中，成為完整的句子喔！

Đi 方向 **trước.**

先往 方向 去。

方向

- ✓ **Phía trên**　　上方

- **Phía dưới**　　下方

- **Bên trong**　　裡面

- **Bên ngoài**　　外面

- **Chính diện**　　正面

單字
使用方法

以上5個單字皆可放在白色框框中，成為完整的句子喔！

✻ Ở [方向] nhà hàng này.

這間餐廳在 [方向] 。

✔ 請找出符合資料夾的單字，並填入數字。

❶ Tắc xi　　　　❷ Phía đông

外出地點

❸ Ba mươi phút　❹ Mười lăm phút

❺ Sân bay　　　　❻ Trạm xe buýt

方向

❼ Máy bay　　　　❽ Một tiếng

❾ Bên phải　　　❿ Đối diện

交通方式

⓫ Bãi đỗ xe　　⓬ Vườn bách thú

⓭ Phòng bán vé　⓮ Tàu điện ngầm

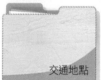
交通地點

⓯ Viện bảo tàng

時間

正確答案

外出地點- ⓬⓭⓯ ｜ 方向- ❷❾❿ ｜ 交通方式- ❶❼⓮
交通地點- ❺❻⓫ ｜ 時間- ❸❹❽

實戰基礎會話

將 單字使用方法 的句子帶入會話中，go！go！

A　Chúng ta đi bằng gì?　我們搭什麼去？

B　Chúng ta đi bằng tàu điện ngầm nhé.
　　我們搭地鐵去。

A　Được, ở gần đây có ga tàu điện ngầm không?
　　好，附近有地鐵站嗎？

B　Vâng, có ạ.　有。

A　Chúng ta đi mất bao lâu?　要花多久？

B　Ít nhất là mất một tiếng.　至少要一小時。

實戰基礎會話

將 單字使用方法 的句子帶入會話中，go！go！

A　Xin cho tôi hỏi, đi vườn bách thú như thế nào?
　　請問一下，動物園怎麼去？

C　Đến ngã tư thì rẽ phải.
　　請在十字路口向右轉。

　　Ở ngay bên phải.
　　就在右方。

A　Cám ơn.　謝謝。

我開動了~

還想再吃~ ♥

時間點

🎵單字Track 24

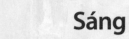

Sáng	早上 
Tối	晚上 
Sáng nay	今天早上
Tối nay	今天晚上
Tối mai	明天晚上

單字使用方法

以上 5 個單字皆可放在白色框框中，成為完整的句子喔！🎵例句Track 24

❋ **Cho tôi đặt bàn lúc tám giờ** ┃時間點┃ **.**

請幫忙預約 ┃時間點┃ 八點。

時間點

Buổi sáng 　上午

Buổi chiều 　下午

Hôm nay 　今天

Ngày mai 　明天

Ngày kia 　後天

單字使用方法

以上 5 個單字皆可放在白色框框中，成為完整的句子喔！

 nhà hàng này mở cửa lúc mấy giờ?

這間餐廳 時間點 幾點開？

時間點

✓ **Hôm qua**　　昨天

Mấy hôm trước　　幾天前

Buổi trưa　　中午

Ban ngày　　白天

Ban đêm　　晚上

單字
使用方法

以上5個單字皆可放在白色框框中，成為完整的句子喔！

● **Tôi đã đặt** ⌈時間點⌋ **rồi.**

預約了 ⌈時間點⌋ 。

餐廳座位　 單字 Track 25

☑
☐
☐
Chỗ cạnh cửa sổ
窗邊座位

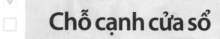

☐
☐
☐
Chỗ ở sảnh
包廂位置

☐
☐
Chỗ yên tĩnh
安靜的座位

☐
☐
☐
Bàn
桌子

☐
☐
☐
Chỗ có cảnh đẹp
景觀座位

單字使用方法

以上5個單字皆可放在白色框框中，成為完整的句子喔！ 🎵 例句 Track 25

❋ **Tôi có thể đặt** 餐廳座位 **không?**

　　餐廳座位 可以預約嗎？

餐廳座位

Phòng riêng biệt
房間

Khu không hút thuốc
禁菸區

Khu hút thuốc
吸菸區

Sân thượng
戶外露臺

Phòng tiệc
宴會場地

單字使用方法

以上5個單字皆可放在白色框框中，成為完整的句子喔！

* Hết chỗ ở 餐廳座位 rồi.

餐廳座位 預約滿了。

餐廳用品

 單字 Track 26

- [x] **Thực đơn** — 菜單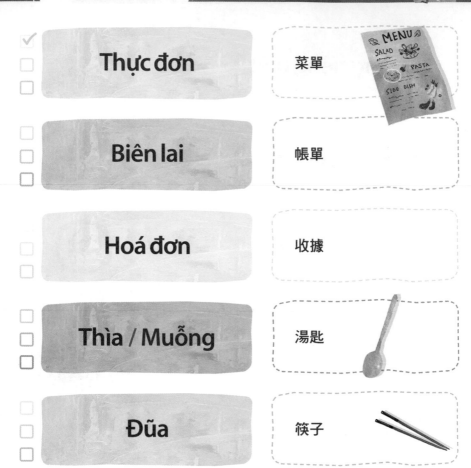

- [ ] **Biên lai** — 帳單

- [ ] **Hoá đơn** — 收據

- [ ] **Thìa / Muỗng** — 湯匙

- [ ] **Đũa** — 筷子

單字使用方法

以上 5 個單字皆可放在白色框框中，成為完整的句子喔！ 例句 Track 26

✳ **Cho tôi** 餐廳用品 **.**

請給我 餐廳用品 。

餐廳用品

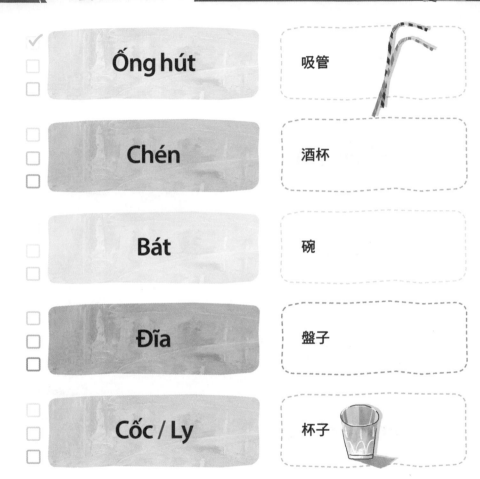

☑ □ □	**Ống hút**
	吸管

□ □ □	**Chén**
	酒杯

□ □	**Bát**
	碗

□ □ □	**Đĩa**
	盤子

□ □ □	**Cốc / Ly**
	杯子

單字使用方法

以上5個單字皆可放在白色框框中，成為完整的句子喔！

* **Cho tôi thêm một cái 餐廳用品 nữa.**

請給我一個 餐廳用品 。

☆TIP☆ **chén**酒杯：南部的意思同**bát**，為「碗」之意，在標準語中，用作「酒杯、小杯子」之意。

餐廳用品

月　日

Khăn ướt	濕紙巾
Khăn giấy	紙巾
Dĩa / Nĩa	叉子
Dao	刀子 
Ghế ăn cho bé	兒童椅

單字
使用方法

以上5個單字皆可放在白色框框中，成為完整的句子喔！

* **Có** 餐廳用品 **không?**

有 餐廳用品 嗎？

108

料理

 單字Track 27

☑ ☐ ☐ **Gà hầm sâm**	人蔘雞湯
☐ ☐ ☐ **Món bulgogi**	烤肉
☐ ☐ **Cơm trộn**	拌飯
☐ ☐ ☐ **Bò bít tết**	牛排 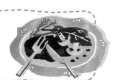
☐ ☐ ☐ **Gỏi cá**	生魚片 

單字 使用方法

以上 5 個單字皆可放在白色框框中，成為完整的句子喔！ 例句Track 27

❋ **Món ăn đặc biệt hôm nay là** 　料理　.

今天的推薦餐點是 　料理　 。

料理

- [x] **Thịt chua ngọt** — 糖醋肉
- [ ]
- [ ]

- [ ] **Bánh gạo cay** — 辣炒年糕
- [ ]
- [ ]

- [ ] **Canh tương đậu** — 大醬湯
- [ ]

- [ ] **Thịt ba chỉ nướng** — 豬五花肉
- [ ]
- [ ]

- [ ] **Bánh pizza** — 披薩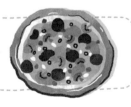
- [ ]
- [ ]

單字使用方法

以上 5 個單字皆可放在白色框框中，成為完整的句子喔！

* **Nhà hàng này** 料理 **rất nổi tiếng.**

這間餐廳以 料理 出名。

料理

☑ ☐ ☐	Cà ri	咖哩
☐ ☐ ☐	Mì Ý	義大利麵
☐ ☐	Thịt chiên xù	豬排
☐ ☐ ☐	Cơm cuộn	飯捲
☐ ☐ ☐	Mì lạnh	冷麵

單字使用方法

以上5個單字皆可放在白色框框中，成為完整的句子喔！

* 　料理　 này rất ngon.

這道　料理　很美味。

料理

- [✓] **Hăm bơ gơ** | 漢堡

- [ ] **Bánh mì nướng** | 吐司

- [ ] **Bánh gatô** | 蛋糕

- [ ] **Kem** | 冰淇淋

- [ ] **Bim bim khoai tây** | 馬鈴薯片

單字使用方法

以上 5 個單字皆可放在白色框框中，成為完整的句子喔！

✤ **Tôi muốn ăn** ⟨ 料理 ⟩ .

我想吃 ⟨ 料理 ⟩ 。

112

越南料理

單字 Track 28

✓ **Phở bò**　　　　牛肉河粉

☐ **Bún chả**　　　　河粉

☐ **Bánh xèo**　　　越南煎餅

☐ **Bánh mì**　　　　越式三明治

☐ **Bún bò Huế**　　順化河粉

單字使用方法

以上5個單字皆可放在白色框框中，成為完整的句子喔！ 例句 Track 28

❋ **Bạn đã từng ăn** 越南料理 **bao giờ chưa?**

你有吃過 越南料理 嗎？

越南料理

- [x] **Lẩu hải sản** — 海鮮涮涮鍋
- [ ] **Nem rán / Chả giò** — 春捲
- [ ] **Tôm nướng** — 烤蝦
- [ ] **Gỏi cuốn** — 越南春捲
- [ ] **Mì xào hải sản** — 海鮮炒麵

單字 使用方法

以上 5 個單字皆可放在白色框框中，成為完整的句子喔！

* **Tôi chưa bao giờ ăn** 越南料理 **.**

我沒吃過 越南料理 。

料理方式  單字Track 29

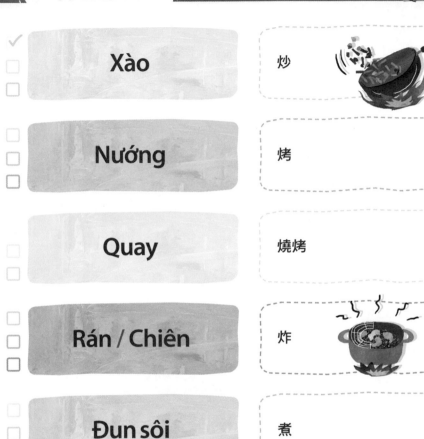

☑ **Xào** 炒

☐☐ **Nướng** 烤

☐☐ **Quay** 燒烤

☐☐☐ **Rán / Chiên** 炸

☐☐☐ **Đun sôi** 煮

單字使用方法

以上5個單字皆可放在白色框框中，成為完整的句子喔！ 例句Track 29

* 料理方式 ạ.

料理方式 過了。

料理方式

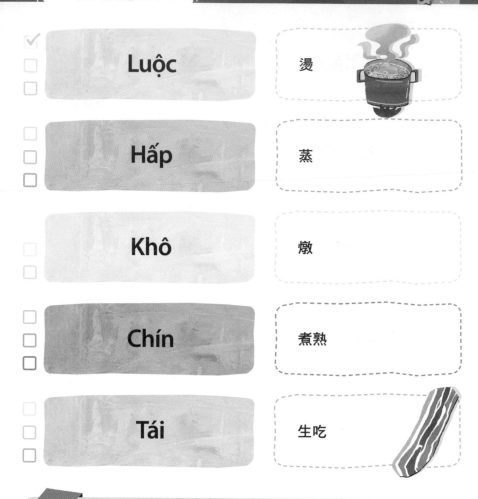

- [✓] Luộc　　燙
- [ ] Hấp　　蒸
- [ ] Khô　　燉
- [ ] Chín　　煮熟
- [ ] Tái　　生吃

單字使用方法

以上 5 個單字皆可放在白色框框中，成為完整的句子喔！

✽ **Món này là thịt bò** 料理方式 .

這是以 料理方式 做的牛肉。

味道表達 🎵單字Track 30

✓

Nhạt | 淡

Chua | 酸

Ngọt | 甜

Ngấy | 油膩

Cay | 辣

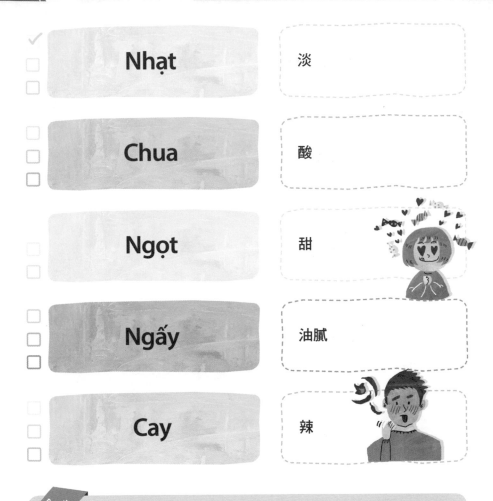

單字使用方法

以上5個單字皆可放在白色框框中，成為完整的句子喔！🎵例句Track 30

* **Đừng quá** 味道表達 **nhé.**

請別做得太 味道表達 。

117

味道表達

- [x] **Thanh đạm** — 清淡
- [ ] **Chát** — 澀
- [ ] **Đắng** — 苦
- [ ] **Mặn** — 鹹
- [ ] **Bùi** — 香

單字使用方法

以上5個單字皆可放在白色框框中，成為完整的句子喔！

★ **Món này** 〔味道表達〕 **quá.**

這道料理非常 〔味道表達〕 。

調味料

 單字 Track 31

✓ **Mì chính**	調味料
Đường	砂糖 
Muối	鹽
Giấm	食用醋 
Nước tương, Xì dầu	醬油

單字使用方法 以上5個單字皆可放在白色框框中，成為完整的句子喔！ 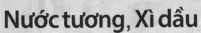 例句 Track 31

♦ **Đừng cho** 調味料 **vào.**

請別加 調味料 。

調味料、醬料

Bột ớt — 辣椒粉

Gừng — 生薑

Hạt tiêu — 胡椒

Nước mắm — 魚醬

Mắm tôm — 蝦醬

單字使用方法

以上5個單字皆可放在白色框框中，成為完整的句子喔！

* Cho nhiều 調味料、醬料 vào nhé.

請多加點 調味料、醬料 。

香辛料

♪單字Track 32

✓ ☐ ☐ **Hương liệu**	香辛料
☐ ☐ ☐ **Quế**	肉桂
☐ ☐ **Rau thơm**	香菜
☐ ☐ ☐ **Hồi**	八角
☐ ☐ **Thảo quả**	草寇

單字使用方法

以上 5 個單字皆可放在白色框框中，成為完整的句子喔！♪例句Track 32

* **Tôi chưa quen ăn** 香辛料 **.**

我不習慣吃 香辛料 。

測驗一下

✔ 請找出下列和餐廳物品相關的單字。

Thực	Cay	Khăn	Ống	Đắng
đơn	ướt	Giò	Nướng	hút
Chua	Phở	Ngon	Chén	rượu
Bún	Khăn	Mặn	Tôm	Chả
giấy	Bò	Ghế	ăn	cho bé

正確答案

Thực đơn ｜ Khăn ướt ｜ Ống hút ｜ Chén rượu ｜ Khăn giấy ｜ Ghế ăn cho bé

實戰 基礎會話

將 單字使用方法 的句子帶入會話中，go！go！

A Cho tôi đặt bàn lúc tám giờ tối nay.
請幫我預約今天晚上八點的座位。

B Vâng ạ, mấy người ạ? 好的，請問幾位？

A Bốn người, tôi có thể đặt chỗ ở sảnh không?
四位，能預約包廂位置嗎？

B Dạ được ạ. 可以。

A Cho tôi thực đơn. 請給我菜單。

B Dạ, đây ạ. 在這裡。

A Món đặc biệt hôm nay là món gì?
今天的推薦料理是什麼？

B Món ăn đặc biệt hôm nay là món bulgogi.
今天的推薦料理是烤肉。

時間

餐廳座位

餐廳用品

料理

A　Nấu như thế nào? ＊料理方式是什麼？（怎麼做的呢？）

B　Nướng ạ. 烤的。

B　Đừng quá ngọt nhé. 請不要做得太甜。

B　Vâng ạ. 好的。

A　À, đừng cho mì chính vào. 對了，請別加調味料。

B　Tất nhiên ạ. Xin chờ một chút ạ. 當然了，請稍等。

料理方式

味道表達

調味料

- 2 -

124

全～部都買！♪♬

電子產品

♪ 單字Track 33

- [x] **Đồ điện tử** — 電子產品

- [ ] **Ti vi** — 電視

- [ ] **Máy lạnh** — 冷氣

- [ ] **Máy giặt** — 洗衣機

- [ ] **Tủ lạnh** — 冰箱

單字使用方法

以上 5 個單字皆可放在白色框框中，成為完整的句子喔！ ♪ 例句Track 33

※ 電子產品 ở đâu?

　電子產品 電子產品。

電子產品

☑
☐
☐
Máy vi tính
電腦

☐
☐
☐
Máy tính xách tay
筆記型電腦

☐
☐
Lò nướng
烤箱

☐
☐
☐
Máy hút bụi
吸塵器

☐
☐
☐
Đèn
檯燈

單字
使用方法

以上5個單字皆可放在白色框框中，成為完整的句子喔！

❋ **Tôi muốn mua** 電子產品 **.**

我想買 電子產品 。

電子產品

- [✓]
- [ ]
- [ ] **Lò vi sóng** — 微波爐

- [ ]
- [ ]
- [ ] **Máy xay sinh tố** — 攪拌機

- [ ]
- [ ] **Nồi cơm điện** — 電鍋

- [ ]
- [ ]
- [ ] **Quạt máy** — 電風扇

- [ ]
- [ ]
- [ ] **Bếp ga** — 瓦斯爐

單字使用方法

以上5個單字皆可放在白色框框中，成為完整的句子喔！

* 　電子產品　**ở đây.**

　電子產品　在這裡。

電子產品

✓	**Loa**	喇叭

☐☐☐	**Máy lọc nước**	飲水機

☐☐	**Máy phun ẩm**	加濕器

☐☐☐	**Máy sấy tóc**	吹風機

☐☐☐	**Bàn là**	熨斗

單字使用方法

以上5個單字皆可放在白色框框中，成為完整的句子喔！

* **Còn** 電子產品 ?

電子產品 呢？

家具

 單字Track 34

☑
☐
☐
Đồ nội thất 　家具

☐
☐
☐
Ghế sofa 　沙發

☐
☐
Giường 　床

☐
☐
☐
Bàn 　桌子

☐
☐
☐
Tủ quần áo 　衣櫥

單字使用方法　以上 5 個單字皆可放在白色框框中，成為完整的句子喔！ 例句Track 34

❋ 　家具　 **ở đâu?**

　家具　 在哪裡？

家具

✓ ☐ ☐ **Tủ sách**	書桌
☐ ☐ ☐ **Bàn trang điểm**	化妝台 
☐ ☐ **Kệ ti vi**	電視桌
☐ ☐ ☐ **Ghế**	椅子
☐ ☐ ☐ **Bàn ăn**	餐桌

單字使用方法

以上 5 個單字皆可放在白色框框中，成為完整的句子喔！

✦ **Có** ⎡家具⎦ **nào kiểu khác không?**

有其他款的 ⎡家具⎦ 嗎？

顏色

🎵單字Track 35

- ☑ **Màu đỏ**
  紅色

- ☐ **Màu đen**
  黑色

- ☐ **Màu trắng**
  白色

- ☐ **Màu xanh lục**
  綠色

- ☐ **Màu vàng**
  黃色

- ☐ **Màu xanh lam**
  藍色

- ☐ **Màu xám**
  灰色

- ☐ **Màu tím**
  紫色

- ☐ **Màu hồng**
  粉紅色

- ☐ **Màu quả đào**
  桃色

單字使用方法

以上10個單字皆可放在白色框框中，成為完整的句子喔！🎵例句Track 35

❋ **Có cái** [顏色] **không?**

有 [顏色] 嗎？

顏色

Màu vàng đậm 金色	**Màu bạc** 銀色
Màu cam 橘黃色	**Màu ngà** 象牙色
Màu nâu 褐色	**Màu chàm** 藍色
Màu nhạt 淺色	**Màu đậm** 深色
Màu tối 暗色	**Màu sáng** 亮色

單字使用方法

以上 10 個單字皆可放在白色框框中，成為完整的句子喔！

❋ **Không có cái** 顏色 .

沒有 顏色 。

狀態描述  單字Track 36

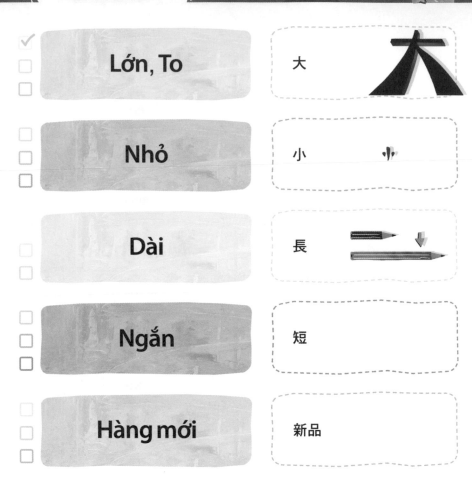

- ☑ Lớn, To　　大
- ☐ Nhỏ　　小
- ☐ Dài　　長
- ☐ Ngắn　　短
- ☐ Hàng mới　　新品

單字使用方法

以上5個單字皆可放在白色框框中，成為完整的句子喔！ 例句Track 36

★ **Có cái nào** 狀態描述 **hơn không?**

有沒有更 狀態描述 的？

狀態描述

	新的
Mới	

	舊的
Cũ	

	大尺寸
Cỡ lớn	

	中尺寸
Cỡ vừa	

	小尺寸
Cỡ nhỏ	

單字使用方法

以上5個單字皆可放在白色框框中，成為完整的句子喔！

※ **Không có cái** 狀態描述 **.**

沒有 狀態描述 。

狀態描述

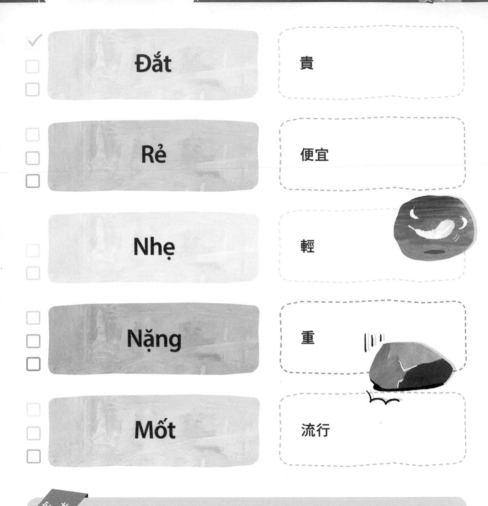

✓ ☐ ☐	**Đắt**	貴
☐ ☐ ☐	**Rẻ**	便宜
☐ ☐	**Nhẹ**	輕
☐ ☐ ☐	**Nặng**	重
☐ ☐ ☐	**Mốt**	流行

單字 使用方法

以上 5 個單字皆可放在白色框框中，成為完整的句子喔！

◆ **Cái này** 狀態描述 **nhất.**

這是最 狀態描述 的。

衣服

🎵單字Track 37

| Quần áo | 衣服 |

| Áo sơ mi | 襯衫 |

| Quần | 褲子 |

| Chân váy | 裙子 |

| Váy đầm, Váy liền | 連身裙  |

單字使用方法　以上5個單字皆可放在白色框框中，成為完整的句子喔！🎵例句Track 37

❋ Ở đây, tôi có thể mua được ｜衣服｜ không?

這裡可以買 ｜衣服｜ 嗎？

衣服

- [✓] [ ] [ ] **Áo thun, Áo phông** | Ｔ恤

- [ ] [ ] [ ] **Áo khoác** | 大衣

- [ ] [ ] **Quần bò** | 牛仔褲

- [ ] [ ] [ ] **Áo vest** | 西裝

- [ ] [ ] [ ] **Đầm dạ hội** | 洋裝

單字使用方法

以上5個單字皆可放在白色框框中，成為完整的句子喔！

* **Tôi muốn mua** 衣服 .

我想買 衣服 。

衣服

月　日

Áo lót — 內衣

Áo len — 毛衣

Quần legging — 內搭褲

Bikini — 比基尼

Đồ bơi — 泳衣

單字使用方法

以上 5 個單字皆可放在白色框框中，成為完整的句子喔！

• Có 　衣服　 màu đỏ không?

有紅色的 　衣服　 嗎？

衣服

- [✓] **Áo jacket** — 夾克

- [ ] **Đồ thể thao** — 運動服

- [ ] **Quần soóc** — 短褲

- [ ] **Áo gilê** — 背心

- [ ] **Lễ phục** — 禮服

單字使用方法

以上5個單字皆可放在白色框框中，成為完整的句子喔！

❋ ［衣服］ **ở kia.**

［衣服］ 在那裡。

流行用品

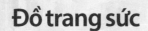 單字 Track 38

| Đồ trang sức | 飾品 |

| Hoa tai | 耳環 |

| Dây chuyền | 項鍊 |

| Nhẫn | 戒指 |

| Kính râm | 太陽眼鏡 |

以上 5 個單字皆可放在白色框框中，成為完整的句子喔！ 例句 Track 38

* Còn [流行用品] ?

[流行用品] 呢？

流行用品

☑ **Mũ / Nón** — 帽子

☐ **Cà vạt** — 領帶

☐ **Găng tay** — 手套

☐ **Túi xách** — 包包

☐ **Khăn quàng cổ** — 絲巾

單字使用方法

以上5個單字皆可放在白色框框中，成為完整的句子喔！

✳ **Có cái** 流行用品 **kiểu khác không?**

沒有其他款式的 流行用品 嗎？

日常用品

🎵 單字 Track 39

✓ ☐ ☐	**Giày công sở**	高跟鞋
☐ ☐ ☐	**Dép xăng đan**	涼鞋
☐ ☐	**Dây thắt lưng**	皮帶
☐ ☐ ☐	**Nệm ghế**	坐墊 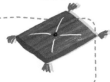
☐ ☐ ☐	**Cắt móng tay**	指甲剪

單字使用方法

以上5個單字皆可放在白色框框中，成為完整的句子喔！🎵 例句 Track 39

❋ **Ở cửa hàng này không có** 日常用品 **.**

我們店裡沒有 日常用品 。

付款方式

 單字 Track 40

Thẻ tín dụng — 信用卡

Tiền mặt — 現金

Thẻ ghi nợ — 金融卡

Ngân phiếu — 支票

Phiếu quà tặng — 商品券

單字使用方法

以上 5 個單字皆可放在白色框框中，成為完整的句子喔！ 例句 Track 40

* **Tôi trả bằng** 付款方式 **.**

我要用 付款方式 付款。

付款方式

✓	**Đô la Mỹ**	美金 
	Tiền Việt	越幣
	Tiền Won	韓幣
	Euro	歐元
	Tiền yên Nhật	日幣

單字
使用方法

以上 5 個單字皆可放在白色框框中，成為完整的句子喔！

❋ **Tôi có thể thanh toán bằng 付款方式 không?**

可以用 付款方式 款嗎？

付款表達

月　日

- [✓] **Đặt hàng** — 預訂
- [ ]
- [ ]

- [ ]
- [ ] **Giao hàng** — 包裹配送
- [ ]

- [ ] **Chuyển khoản** — 帳戶匯款
- [ ]

- [ ]
- [ ] **Đóng gói riêng** — 個別包裝
- [ ]

- [ ]
- [ ] **Trả sau** — 貨到付款
- [ ]

單字使用方法

以上 5 個單字皆可放在白色框框中，成為完整的句子喔！♫例句Track 41

✦ **Có thể** 付款表達 **không?**

可以 付款表達 嗎？

付款表達

✓		
☐	**Trả góp**	分期付款
☐		

☐		
☐	**Bớt**	折扣
☐		

☐	**Trả hàng**	退貨
☐		

☐		
☐	**Hoàn tiền**	退款
☐		

☐		
☐	**Đổi**	換貨 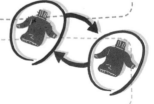
☐		

單字使用方法

以上5個單字皆可放在白色框框中，成為完整的句子喔！

✱ được không?

可以 付款表達 嗎？

✔ 請依序找出對應彩虹顏色的越南語單字。

Máy vi tính

Màu xanh lam

Mũ

Màu đỏ

Màu chàm

Đèn

Màu cam

Màu hồng

Ghế

Màu vàng

Rẻ

Màu xanh lục

Váy đầm

Màu tím

❶

❷

❸

❺

❹

❻

❼

正確答案

❶ Màu đỏ   ❷ Màu cam   ❸ Màu vàng   ❹ Màu xanh lục   ❺ Màu xanh lam
❻ Màu chàm   ❼ Màu tím

實戰基礎會話

將 單字使用方法 的句子帶入會話中，go！go！

A　Máy giặt ở đâu?　洗衣機在哪裡？

B　Đồ điện tử ở tầng hai ạ.　電子產品在二樓。

A　Ghế sofa ở đâu?　沙發在哪裡？

B　Đồ nội thất ở tầng bốn ạ.　家具在四樓。

A　Ghế sofa này có cái màu trắng không?　這張沙發有白色的嗎？

B　Có ạ. Chị thích loại nào ạ?　有，您希望哪一種的呢？

A　Có cái nào lớn hơn không?　沒有更大的嗎？

B　Dạ, không ạ.　沒有。

電子產品

家具

顏色

狀態描述

將單字使用方法的句子帶入會話中，go！go！

A Ở đây, tôi có thể mua được quần áo không?
這裡能買衣服嗎？

B Dạ, được ạ. Ở tầng ba ạ. 可以，在三樓。

A Còn đồ trang sức? 飾品呢？

B Dạ đây ạ. 在這裡。

A Tôi trả bằng tiền mặt. 我用現金付款。

B Vâng ạ. 好的。

A Có thể đóng gói riêng không? 可以分開包裝嗎？

B Tất nhiên là được ạ. 當然可以。

小怪獸添購物品中～

水果

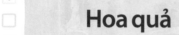 單字 Track 42

- [✓] Hoa quả | 水果
- [ ]
- [ ]

- [ ] Táo | 蘋果
- [ ]
- [ ]

- [ ] Dưa hấu | 西瓜
- [ ]

- [ ] Nho | 葡萄
- [ ]
- [ ]

- [ ] Dâu tây | 草莓
- [ ]
- [ ]

單字使用方法

以上5個單字皆可放在白色框框中，成為完整的句子喔！ 例句 Track 42

❋ Ở đây có [水果] không?

這裡有 [水果] 嗎？

水果

✓	**Dưa lưới**	哈密瓜
	Xoài	芒果
	Lê	梨子
	Hồng	柿子
	Kiwi	奇異果

單字使用方法

以上5個單字皆可放在白色框框中，成為完整的句子喔！

❋ 　水果　 **có ngon không?**

　水果　 好吃嗎？

水果

- [✓] Chuối 香蕉
- [ ]
- [ ]

- [ ] Cam 柳丁
- [ ]
- [ ]

- [ ] Đào 水蜜桃
- [ ]

- [ ] Dứa / Thơm 鳳梨
- [ ]
- [ ]

- [ ] Quýt 橘子
- [ ]
- [ ]

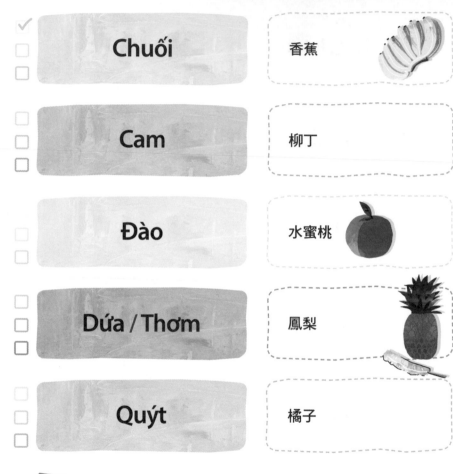

單字使用方法

以上 5 個單字皆可放在白色框框中，成為完整的句子喔！

- Mùa này ⬜水果⬜ ngon lắm.

  這個季節 ⬜水果⬜ 非常美味。

蔬菜 🎵單字Track 43

☑
☐
☐
Rau　蔬菜

☐
☐
☐
Cải thảo　白菜

☐
☐
Bí đỏ　南瓜

☐
☐
☐
Cà rốt　紅蘿蔔

☐
☐
☐
Ớt　辣椒

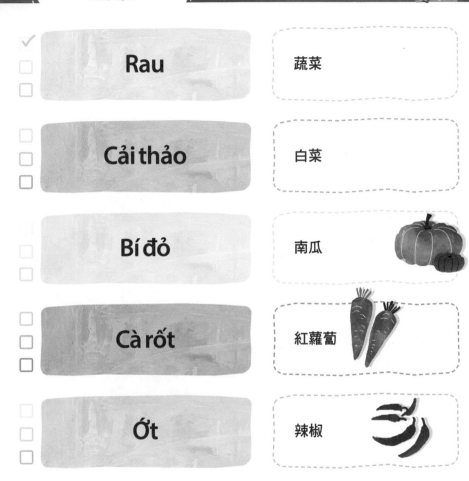

單字使用方法　以上5個單字皆可放在白色框框中，成為完整的句子喔！🎵例句Track 43

❋　| 蔬菜 | ở đâu?

| 蔬菜 | 在哪裡？

蔬菜

- [✓] **Củ cải** — 蘿蔔

- [ ] **Cần tây** — 芹菜

- [ ] **Ớt chuông** — 青椒

- [ ] **Cà chua** — 番茄

- [ ] **Súp lơ** — 花椰菜

單字使用方法

以上 5 個單字皆可放在白色框框中，成為完整的句子喔！

＊ **Hôm nay** ⬚蔬菜⬚ **rẻ.**

今天 ⬚蔬菜⬚ 很便宜。

蔬菜

Ngô	玉米
Cải bắp	高麗菜
Khoai lang	地瓜
Khoai tây	馬鈴薯
Nấm	香菇

單字使用方法

以上5個單字皆可放在白色框框中，成為完整的句子喔！

✽ **TTôi định mua một ít** 　蔬菜　 **.**

我想買一些 　蔬菜　 。

蔬菜

Dưa chuột
小黃瓜

Tỏi
蒜頭

Hành
蔥

Cà tím
茄子

Hành tây
洋蔥

單字使用方法

以上5個單字皆可放在白色框框中，成為完整的句子喔！

* **Tôi không ăn được** 蔬菜 .

我不能吃 蔬菜 。

肉類  單字 Track 44

- [✓] **Thịt bò** — 牛肉
- [ ]
- [ ]

- [ ] **Thịt lợn / Thịt heo** — 豬肉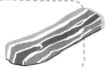
- [ ]
- [ ]

- [ ] **Thịt dê** — 山羊肉
- [ ]

- [ ] **Thịt gà** — 雞肉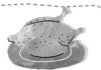
- [ ]
- [ ]

- [ ] **Thịt vịt** — 鴨肉
- [ ]
- [ ]

 單字使用方法

以上5個單字皆可放在白色框框中，成為完整的句子喔！ 例句 Track 44

✳ **Một cân 　肉類　 bao nhiêu tiền?**

　肉類　 一公斤多少？

159

肉類

✓ **Thịt** 肉

Trứng 雞蛋

Sườn 排骨

Cánh gà 雞翅

Ức gà 雞胸肉

以上 5 個單字皆可放在白色框框中，成為完整的句子喔！

❋ ⬚肉類⬚ **nên nấu như thế nào?**

⬚肉類⬚ 要怎麼料理？

堅果類

🎵單字Track 45

- [✓]
- [ ]
- [ ] **Hạnh nhân** — 杏仁

- [ ]
- [ ]
- [ ] **Hạt dẻ cười** — 開心果

- [ ]
- [ ] **Hạt mắc ca** — 夏威夷果

- [ ]
- [ ]
- [ ] **Hạt điều** — 腰果

- [ ]
- [ ]
- [ ] **Lạc** — 花生

單字使用方法

以上5個單字皆可放在白色框框中，成為完整的句子喔！🎵例句Track 45

🎵 **Tôi bị dị ứng** 堅果類 **.**

我對 堅果類 過敏。

堅果類

✓
☐
☐
Các loại hạt

堅果類

☐
☐
☐
Hạt hướng dương

葵花籽

☐
☐
Hạt dẻ

栗子

☐
☐
☐
Quả hồ đào pê can

胡桃

☐
☐
☐
Quả óc chó

核桃

單字使用方法

以上 5 個單字皆可放在白色框框中，成為完整的句子喔！

* **Bạn có thích** 堅果類 **không?**

你喜歡 堅果類 嗎？

海鮮類

 單字 Track 46

☑
☐
☐ **Hải sản** | 海鮮

☐
☐
☐ **Cá** | 魚

☐
☐ **Tôm** | 蝦子

☐
☐
☐ **Cua** | 螃蟹

☐
☐
☐ **Bạch tuộc** | 章魚

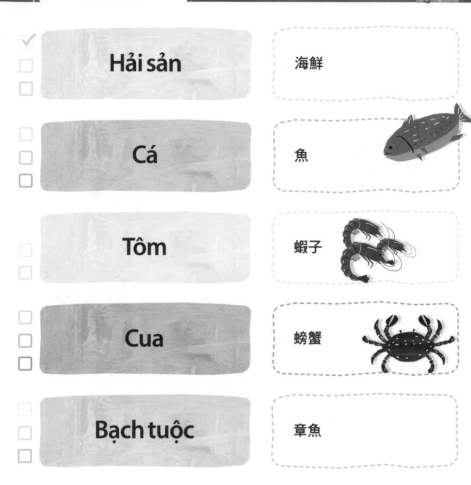

單字使用方法

以上5個單字皆可放在白色框框中，成為完整的句子喔！ 例句 Track 46

❋ 海鮮類 **có tươi không?**

海鮮類 新鮮嗎？

海鮮類

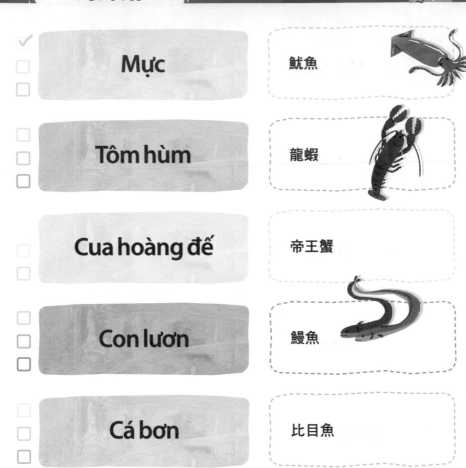

- [✓] **Mực** — 魷魚
- [ ]
- [ ]

- [ ] **Tôm hùm** — 龍蝦
- [ ]
- [ ]

- [ ] **Cua hoàng đế** — 帝王蟹
- [ ]

- [ ] **Con lươn** — 鰻魚
- [ ]
- [ ]

- [ ] **Cá bơn** — 比目魚
- [ ]
- [ ]

單字使用方法

以上 5 個單字皆可放在白色框框中，成為完整的句子喔！

➡ 海鮮類 **bán thế nào?**

海鮮類 怎麼賣？（多少錢？）

海鮮類

Cá thu	青花魚
Cá thu đao	秋刀魚
Cá hố	白帶魚
Cá ngừ	鮪魚
Cá hồi	鮭魚

單字
使用方法

以上5個單字皆可放在白色框框中，成為完整的句子喔！

＊ **Hôm nay** 海鮮類 **tươi hơn.**

今天 海鮮類 更新鮮。

海鮮類

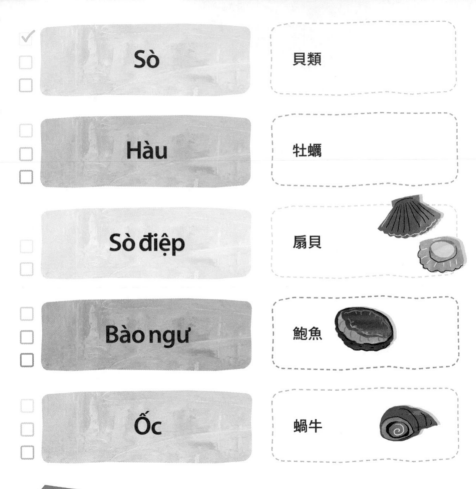

- ☑ Sò — 貝類
- ☐ Hàu — 牡蠣
- ☐ Sò điệp — 扇貝
- ☐ Bào ngư — 鮑魚
- ☐ Ốc — 蝸牛

單字使用方法

以上 5 個單字皆可放在白色框框中，成為完整的句子喔！

* **Tôi không thích** 海鮮類 .

我不喜歡 海鮮類 。

飲料

🎵單字 Track 47

✓ ☐ ☐ **Đồ uống**	飲料
☐ ☐ ☐ **Nước suối**	水 
☐ ☐ **Sữa**	牛奶
☐ ☐ ☐ **Sữa chua uống**	優格
☐ ☐ ☐ **Nước hoa quả**	果汁

單字使用方法

以上 5 個單字皆可放在白色框框中，成為完整的句子喔！🎵例句 Track 47

❋ **Tôi phải mua vài chai** 飲料 **.**

我要買幾罐 飲料 。

飲料

☑ ☐ ☐	**Cô ca**	可樂
☐ ☐ ☐	**Nước ngọt Sprite**	雪碧
☐ ☐	**Nước có ga**	汽水
☐ ☐ ☐	**Cà phê**	咖啡
☐ ☐ ☐	**Trà sữa**	奶茶

單字 使用方法

以上5個單字皆可放在白色框框中，成為完整的句子喔！

❋ **Tôi muốn uống** [飲料] .

我想喝 [飲料] 。

飲料

✓ ☐ ☐	**Trà**	茶

☐ ☐ ☐	**Trà thanh yên**	柚子茶

☐ ☐	**Trà chanh**	檸檬茶

☐ ☐ ☐	**Sô-cô-la nóng**	熱巧克力

☐ ☐ ☐	**Sinh tố**	果昔

單字使用方法

以上5個單字皆可放在白色框框中，成為完整的句子喔！

* **Cho tôi một cốc / ly** ⬚飲料⬚ **.**

　　請給我一杯 ⬚飲料⬚ 。

☆TIP：「杯子」的北部、南部寫法區分：北部：「**cốc**」／南部：「**ly**」

酒類

 單字Track 48

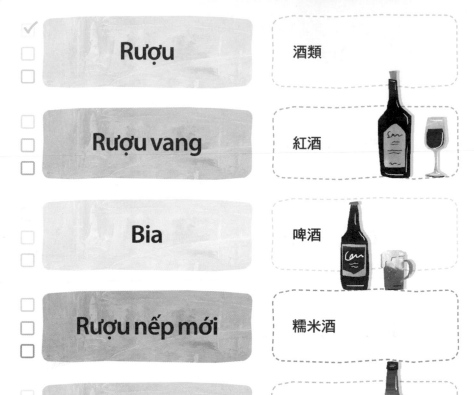

Rượu	酒類
Rượu vang	紅酒
Bia	啤酒
Rượu nếp mới	糯米酒
So-ju	燒酒

單字使用方法

以上5個單字皆可放在白色框框中，成為完整的句子喔！ 例句Track 48

* **Không có** 酒類 **à?**

沒有 酒類 嗎？

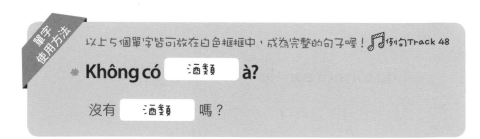

酒類

✓
☐
☐ **Rượu gạo Hàn Quốc**

瑪格麗
（是一種傳統韓國米酒，韓文為막걸리）

☐
☐ **Rượu Tây**
☐

洋酒

☐
☐ **Rượu Whisky**

威士忌

☐
☐ **Rượu Cocktail**
☐

雞尾酒

☐
☐ **Rượu Vodka**
☐

伏特加

單字使用方法

以上5個單字皆可放在白色框框中，成為完整的句子喔！

* 　酒類　 **đã bán hết rồi.**

　酒類　 全部售罄了。

171

✔ 請畫出符合越南語單字的圖。

Chuối	**Quả óc chó**
Nấm	**Nước hoa quả**
Bia	**Tôm**

正確答案

Chuối 香蕉｜Quả óc chó 核桃｜Nấm 香菇｜Nước hoa quả 果汁｜Bia 啤酒｜Tôm 蝦子

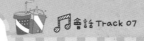

實戰基礎會話

🎵會話 Track 07

將 單字使用方法 的句子帶入會話中，go！go！

A　Ở đây có táo không?　這裡有蘋果嗎？

B　Có, anh cần mấy quả ạ?　有的，您需要幾個？

A　Cho tôi ba quả. Cà rốt ở đâu?　請給我三個。紅蘿蔔在哪裡？

B　Ở đằng kia ạ.　在那裡。

A　Một cân thịt bò bao nhiêu tiền?　牛肉一公斤多少？

B　Một trăm hai mươi nghìn đồng ạ.　一公斤12萬盾。

B　Anh không cần mua các loại hạt ạ?
堅果類不需要嗎？

A　Tôi bị dị ứng lạc.　我對花生過敏。

水果

蔬菜

肉類

堅果類

173

將 單字使用方法 的句子帶入會話中，go！go！

A　Tôm có tươi không?　蝦子新鮮嗎？

B　Hôm nay mực tươi hơn ạ.　今天魷魚更新鮮。

A　À phải rồi, tôi phải mua vài chai nước suối.
　　對了，我要買幾罐水。

B　Đồ uống ở đằng này ạ.　飲料在這邊。

A　Không có rượu vang à?　沒有紅酒嗎？

B　Rượu vang đã bán hết rồi ạ.　紅酒全部賣光了。

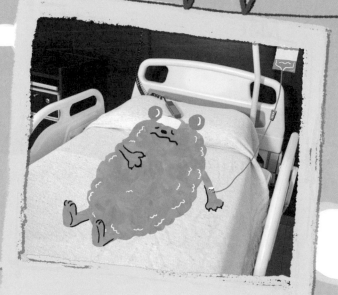

小怪獸生病了……TT

身體部位

 單字 Track 49

- [x] **Đầu** — 頭
- [ ] **Mắt** — 眼睛
- [ ] **Bụng** — 肚子
- [ ] **Tai** — 耳朵
- [ ] **Bàn chân** — 腳

單字使用方法

以上 5 個單字皆可放在白色框框中，成為完整的句子喔！ 例句 Track 49

❋ **Tôi bị đau** 身體部位 .

身體部位 不舒服。

身體部位

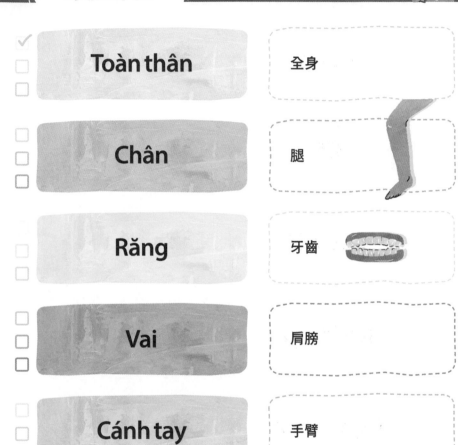

✓	**Toàn thân**	全身
	Chân	腿
	Răng	牙齒
	Vai	肩膀
	Cánh tay	手臂

單字使用方法

以上5個單字皆可放在白色框框中，成為完整的句子喔！

＊ 身體部位 của tôi rất đau.

身體部位 很痛。

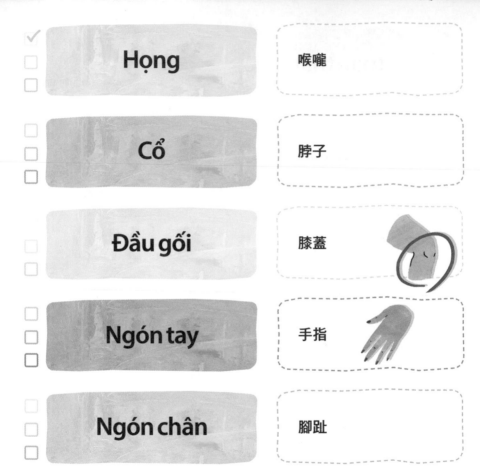

身體部位

✓ **Họng** 喉嚨

Cổ 脖子

Đầu gối 膝蓋

Ngón tay 手指

Ngón chân 腳趾

單字使用方法

以上5個單字皆可放在白色框框中，成為完整的句子喔！

● 身體部位 của tôi khó chịu.

身體部位 不方便。

身體部位

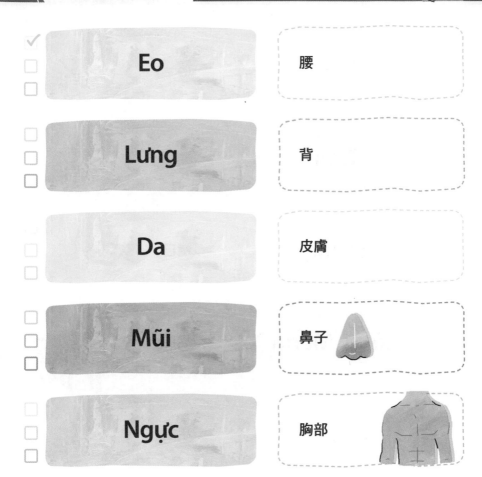

Eo	腰
Lưng	背
Da	皮膚
Mũi	鼻子
Ngực	胸部

單字使用方法

以上 5 個單字皆可放在白色框框中，成為完整的句子喔！

身體部位 vẫn còn đau à?

身體部位 還痛嗎？

身體部位

☑ ☐ ☐ **Mặt**	臉
☐ ☐ ☐ **Trán**	額頭
☐ ☐ **Miệng**	嘴巴
☐ ☐ ☐ **Hông, Mông**	屁股
☐ ☐ ☐ **Cổ tay**	手腕

單字使用方法

以上5個單字皆可放在白色框框中，成為完整的句子喔！

* **Tôi bị thương ở** 身體部位 .

身體部位 受傷了。

身體症狀

 單字 Track 50

- [x] **Sổ mũi** — 流鼻水

- [ ] **Sốt** — 發燒

- [ ] **Chóng mặt** — 頭暈

- [ ] **Khó tiêu** — 消化不良

- [ ] **Buồn nôn** — 想吐

 單字使用方法

以上5個單字皆可放在白色框框中，成為完整的句子喔！ 例句 Track 50

Anh bị 身體症狀 phải không?

您（男性） 身體症狀 嗎？

181

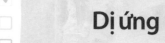
身體症狀

- [x] **Dị ứng** — 過敏

- [ ] **Viêm mũi** — 鼻炎

- [ ] **Viêm dạ dày** — 胃炎

- [ ] **Mất ngủ** — 失眠

- [ ] **Đau bụng kinh** — 生理痛

單字使用方法

以上 5 個單字皆可放在白色框框中，成為完整的句子喔！

* **Tôi là** 身體症狀 .

您（女性）有 身體症狀 嗎？

身體症狀

Ho	咳嗽
Hắt hơi	打噴嚏
Tiêu chảy	腹瀉
Nôn	嘔吐
Tê buốt, Chuột rút	酥麻

單字使用方法

以上5個單字皆可放在白色框框中，成為完整的句子喔！

＊ **Tôi cũng bị** 身體症狀 **nữa.**

我也有 身體症狀 。

身體症狀

- [x]
- [ ] **Cảm cúm** — 感冒
- [ ]

- [ ]
- [ ] **Cao huyết áp** — 高血壓
- [ ]
- [ ]

- [ ] **Đau ruột thừa** — 盲腸炎
- [ ]

- [ ]
- [ ] **Ngộ độc thức ăn** — 食物中毒
- [ ]

- [ ]
- [ ] **Say nắng** — 中暑
- [ ]

單字使用方法

以上5個單字皆可放在白色框框中，成為完整的句子喔！

* **Anh bị** **身體症狀** **à?**

您（男性） **身體症狀** 嗎？

受傷

 單字 Track 51

- [ ] ☑ [ ] **Bị bỏng** ｜ 燙傷

- [ ] [ ] [ ] **Bị bầm tím** ｜ 摔傷

- [ ] [ ] **Bị trầy xước** ｜ 擦傷

- [ ] [ ] [ ] **Bị trật khớp** ｜ 扭傷

- [ ] [ ] [ ] **Bị gãy xương** ｜ 骨折

單字使用方法

以上 5 個單字皆可放在白色框框中，成為完整的句子喔！ 例句 Track 51

※ **Tôi đã** ⬚受傷⬚ **.**

　我 ⬚受傷⬚ 了。

185

看診與處理

♫單字Track 52

	越南文	中文
✓	**Uống thuốc**	吃藥
	Tiêm	打針 
	Đo nhiệt độ	量體溫 
	Chụp X quang	照X光 
	Khử trùng vết thương	傷口消毒

單字使用方法

以上5個單字皆可放在白色框框中，成為完整的句子喔！♫例句Track 52

※ **Anh phải** 看診與處理 .

您（男性）需要 看診與處理 。

看診與處理

| Đăng ký khám | 接受護理 |

| Khám | 看診 |

| Nhập viện | 住院 |

| Xuất viện | 出院 |

| Kiểm tra cơ thể | 身體檢查 |

單字使用方法

以上 5 個單字皆可放在白色框框中，成為完整的句子喔！

Bây giờ tôi có thể 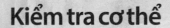 không?

我現在可以 看診與處理 嗎？

看診與處理

- [✓] **Khâu vết thương**　縫合

- [ ] **Truyền nước**　吊點滴

- [ ] **Bó bột**　打石膏

- [ ] **Phẫu thuật**　動手術

- [ ] **Nhổ răng**　拔牙

單字
使用方法

以上5個單字皆可放在白色框框中，成為完整的句子喔！

* **Anh hãy đến bệnh viện** 看診與處理 **đi.**

您（男性）請去醫院 看診與處理 。

188

藥

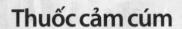 單字Track 53

☑
☐
☐　**Thuốc cảm cúm**　　感冒藥

☐
☐
☐　**Thuốc tiêu hóa**　　消化藥

☐
☐　**Thuốc chống say**　　暈車藥

☐
☐
☐　**Băng y tế**　　**OK蹦**

☐
☐
☐　**Thuốc nhỏ mắt**　　眼藥水

 單字使用方法

以上 5 個單字皆可放在白色框框中，成為完整的句子喔！ 例句Track 53

＊ **Tôi định mua**　藥　.

我打算買　藥　。

189

藥

✓ ☐ ☐ **Thuốc sát trùng**	消毒水
☐ ☐ ☐ **Thuốc mỡ**	軟膏
☐ ☐ **Cao dán**	貼布
☐ ☐ ☐ **Bông băng**	繃帶
☐ ☐ ☐ **Gạc**	紗布

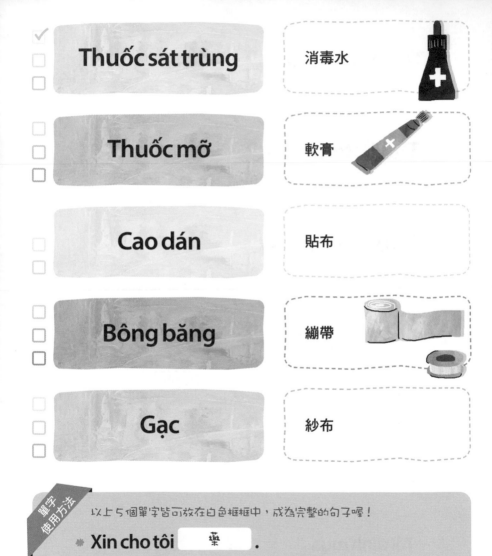

單字使用方法

以上5個單字皆可放在白色框框中，成為完整的句子喔！

❋ **Xin cho tôi** 藥 .

請給我 藥 。

190

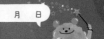

藥

✓ ☐ ☐ **Thuốc đau dạ dày**	腸胃藥
☐ ☐ ☐ **Thuốc giảm đau**	鎮痛劑
☐ ☐ **Thuốc táo bón**	便祕藥
☐ ☐ ☐ **Vitamin**	維他命
☐ ☐ ☐ **Thuốc hạ sốt**	解熱劑

單字使用方法

以上 5 個單字皆可放在白色框框中，成為完整的句子喔！

Hãy uống [藥] **sau bữa ăn.**

[藥] 請餐飯後吃。

191

✔ 請在範例中找出對應圖的身體部位，並填入空格。

範例

Cánh tay	Đầu	Tai
Mũi	Miệng	Mắt
Bàn chân	Vai	Ngón tay

❷ 眼睛　　　　❶ 頭

❹ 耳朵

❸ 鼻子

❻ 肩膀

❺ 嘴巴

❼ 手臂

❾ 腳

❽ 手指

正確答案

❶ Đầu　　❷ Mắt　　❸ Mũi　　❹ Tai　　❺ Miệng　　❻ Vai　　❼ Cánh tay
❽ Ngón tay　　❾ Bàn chân

實戰基礎會話

將 單字使用方法 的句子帶入會話中，go！go！

A Anh thấy khó chịu ở đâu? 哪裡不舒服？

B Tôi bị đau đầu. 頭痛。

A Anh bị sốt phải không? 發燒嗎？

B Dạ vâng, tôi cũng bị ho nữa. 對，也有咳嗽。

A Anh bị cảm cúm rồi. Anh phải uống thuốc.
是感冒呢，您要吃藥。

B Vâng ạ. 我知道了。

A Xin chào, chị cần gì ạ? 歡迎光臨，您需要什麼？

B Tôi định mua thuốc cảm cúm. 我想買感冒藥。

A Xin chờ một chút. 請稍等。

身體

身體症狀

看診與處理

藥

別加班！！

學校地點

🎵 單字 Track 54

✓	**Trường**	學校

Phòng học	教室

Ký túc xá	宿舍

Lớp học	授課教室

Thư viện	圖書館

單字使用方法

以上 5 個單字皆可放在白色框框中，成為完整的句子喔！🎵 例句 Track 54

✽ **Tôi đang ở** 學校地點 .

我在 學校地點 。

學校地點

- [x] **Nhà ăn sinh viên** — 學生餐廳
- [ ] **Giảng đường** — 講堂
- [ ] **Sân vận động** — 操場
- [ ] **Căng tin** — 商店
- [ ] **Bể bơi / Hồ bơi** — 游泳池

單字使用方法

以上5個單字皆可放在白色框框中，成為完整的句子喔！

* **Anh ấy không có ở** 學校地點 **.**

　他不在 學校地點 。

學校地點

- Phòng giáo vụ — 教務室

- Phòng thí nghiệm — 實驗室

- Phòng thể chất — 體育館

- Phòng máy tính — 電腦教室

- Phòng âm nhạc — 音樂教室

單字使用方法

以上 5 個單字皆可放在白色框框中，成為完整的句子喔！

✱ **Thầy có ở 學校地點 không ạ?**

（男性）老師在 學校地點 嗎？

☆TIP 男老師：**thầy**、女老師：**cô**

科目

🎵單字 Track 55

- [x] Lịch sử　歷史

- [ ] Toán　數學
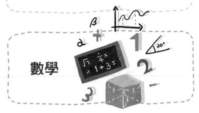

- [ ] Ngữ văn　國語

- [ ] Ngoại ngữ　外語

- [ ] Thể dục　體育

單字使用方法

以上 5 個單字皆可放在白色框框中，成為完整的句子喔！🎵例句 Track 55

* **Hôm nay tôi có tiết học** 科目 .

我今天沒有 科目 課。

科目

☑
☐ **Mỹ thuật** 美術
☐

☐
☐ **Triết học** 哲學
☐

☐
☐ **Kiến trúc học** 建築學
☐

☐
☐ **Xã hội học** 社會學
☐

☐
☐ **Văn học** 文學
☐

單字使用方法

以上 5 個單字皆可放在白色框框中，成為完整的句子喔！

✳ **Hôm nay tôi không có tiết học** 科目 .

我今天沒有 科目 課。

科目

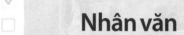

- [x] **Nhân văn** — 人文

- [ ] **Khoa học** — 科學

- [ ] **Luật học** — 法律

- [ ] **Y học** — 醫學

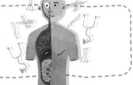

- [ ] **Tâm lý học** — 心理學

單字使用方法

以上 5 個單字皆可放在白色框框中，成為完整的句子喔！

* **Ngày mai bạn có tiết học** 科目 **không?**

你明天有 科目 課嗎？

學校生活

♫ 單字Track 56

Đến trường	上學
Học	上課
Kết thúc buổi học	下課
Tốt nghiệp	畢業 
Thi	考試 

單字使用方法

以上5個單字皆可放在白色框框中，成為完整的句子喔！ ♫ 例句Track 56

❋ **Khi nào bạn** 學校生活 **?**

什麼時候 學校生活 ？

學校生活

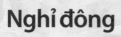

- [x] **Nghỉ đông** 寒假

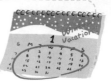

- [ ] **Nghỉ hè** 暑假

- [ ] **Thi giữa kỳ** 期中考

- [ ] **Thi cuối kỳ** 期末考

- [ ] **Lễ hội trường đại học** 大學園遊會

單字使用方法

以上5個單字皆可放在白色框框中，成為完整的句子喔！

* 學校生活 **là ngày mấy tháng mấy?**

學校生活 是幾月幾日？

學校生活

☑

- [ ] **Nhập học** — 入學
- [ ] **Đăng ký môn học** — 選課
- [ ] **Tham gia câu lạc bộ** — 加入社團
- [ ] **Vắng mặt** — 缺席
- [ ] **Về sớm** — 早退

單字使用方法

以上5個單字皆可放在白色框框中，成為完整的句子喔！

❋ **Cô ấy đã** 學校生活 **chưa?**

她 學校生活 了嗎？

文具類

 單字Track 57

☑ ☐ ☐ **Bút chì**	鉛筆
☐ ☐ ☐ **Bút bi**	原子筆
☐ ☐ **Bút chì kim**	自動筆
☐ ☐ ☐ **Tẩy**	橡皮擦
☐ ☐ ☐ **Bút xóa**	修正帶

單字使用方法

以上5個單字皆可放在白色框框中，成為完整的句子喔！ 例句Track 57

❋ **Bạn có** 文具類 **không?**

你有 文具類 嗎？

文具類

✓ Kéo	剪刀
Bìa lá	透明資料夾
Kẹp giấy	迴紋針
Dập ghim	釘書機
Giấy dán nhãn	分類標籤

單字使用方法

以上5個單字皆可放在白色框框中，成為完整的句子喔！

✱ Bạn cho tôi mượn 文具類 được không?

可以借我 文具類 嗎？

文具類

- [x] **Giấy nhớ** — 便利貼
- [ ] **Keo dán** — 膠水
- [ ] **Kẹp** — 夾子
- [ ] **Băng dính** — 膠帶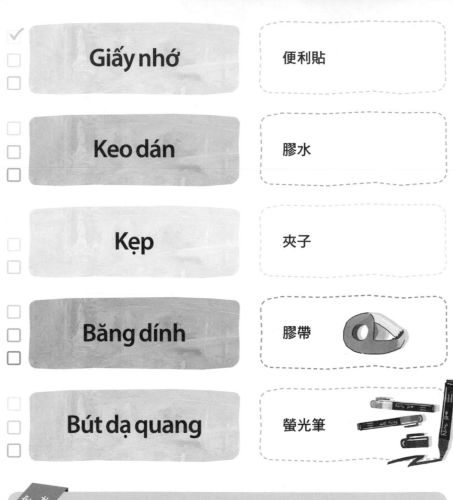
- [ ] **Bút dạ quang** — 螢光筆

單字使用方法

以上5個單字皆可放在白色框框中，成為完整的句子喔！

* **Bạn có** 文具類 **hay không?**

你有沒有 文具類 ？

教室用品

 單字Track 58

- [✓]
- [ ]
- [ ] **Bảng** — 黑板

- [ ]
- [ ]
- [ ] **Bàn** — 書桌

- [ ]
- [ ] **Tủ cá nhân** — 事務箱、置物櫃

- [ ]
- [ ]
- [ ] **Cái lau bảng** — 板擦

- [ ]
- [ ]
- [ ] **Phấn** — 粉筆

單字使用方法

以上5個單字皆可放在白色框框中，成為完整的句子喔！ 例句Track 58

✹ **Ở đây không có** 教室用品 .

這裡沒有 教室用品 。

教室用品

- [x] **Từ điển** — 字典
- [ ] **Sách giáo khoa** — 教科書
- [ ] **Sách** — 書
- [ ] **Vở** — 筆記本
- [ ] **Hộp bút** — 筆筒

單字使用方法

以上 5 個單字皆可放在白色框框中，成為完整的句子喔！

* **Tôi không có** 教室用品 **.**

我沒有 教室用品 。

事務用品 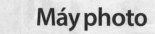 單字Track 59

✓ ☐ ☐ **Máy photo**	影印機
☐ ☐ ☐ **Máy in**	印表機
☐ ☐ **Máy tính**	計算機
☐ ☐ ☐ **USB**	**USB**

單字 使用方法

以上4個單字皆可放在白色框框中，成為完整的句子喔！ 例句Track 59

* 事務用品 **này bị hỏng rồi.**

這個 事務用品 故障了。

職位

 單字 Track 60

- [x] **Chủ tịch** — 會長
- [ ]
- [ ]

- [ ]
- [ ] **Phó chủ tịch** — 副會長
- [ ]

Giám đốc — 社長
- [ ]
- [ ]

- [ ]
- [ ] **Phó giám đốc** — 副社長
- [ ]

- [ ]
- [ ] **Giám đốc điều hành** — 常務理事
- [ ]

單字使用方法　以上 5 個單字皆可放在白色框框中，成為完整的句子喔！ 例句 Track 60

❋ 　職位　 **đi đâu rồi?**

　職位　 在哪裡？

職位

Trưởng bộ phận　部長

Phó trưởng bộ phận　次長

Trưởng phòng　科長

Trưởng nhóm　組長

Người quản lý　經理

單字
使用方法

以上５個單字皆可放在白色框框中，成為完整的句子喔！

🌸 [職位] hiện giờ không có ở đây.

[職位] 現在不在座位上。

職位

☑
☐
☐
Trợ lý
助理

☐
☐
☐
Nhân viên
一般員工

☐
☐
Nhân viên thực tập
實習生

☐
☐
☐
Sếp
上司

☐
☐
☐
Đồng nghiệp
同事

單字
使用方法

以上5個單字皆可放在白色框框中，成為完整的句子喔！

* 　職位　 ra ngoài làm việc rồi.

　職位　 外出工作了。

公司地點　單字Track 61

Công ty — 公司

Phòng họp — 會議室

Văn phòng — 辦公室

Phòng nghỉ — 休息室

Phòng trực đêm — 值班室

單字使用方法

以上 5 個單字皆可放在白色框框中，成為完整的句子喔！ 例句Track 61

❋ **Anh ấy đã đến** 公司地點 .

　　他去 公司地點 了。

公司生活 🎵單字 Track 62

☑
☐ **Xin nghỉ phép** 　　申請休假
☐

☐
☐ **Đến muộn** 　　遲到
☐

☐
☐ **Nghỉ làm** 　　缺勤
☐

☐
☐ **Ra ngoài làm việc** 　　外出工作
☐

☐
☐ **Nhận lương** 　　拿薪水
☐

單字
使用方法

以上5個單字皆可放在白色框框中，成為完整的句子喔！🎵例句 Track 62

❋ **Hôm nay anh ấy đã** 公司生活 .

他今天 公司生活 。

公司生活

☑ **Họp** 　開會

□ **Tan làm** 　下班

□ **Thực hiện dự án** 　進行專案

□ **Ký hợp đồng** 　簽約

□ **Viết báo cáo** 　寫報告

 單字 使用方法

以上 5 個單字皆可放在白色框框中，成為完整的句子喔！

◆ **Tôi phải** 公司生活 .

　我要 公司生活 。

公司生活

☑
☐
☐
Đi công tác　　出差

☐
☐
☐
☐
Đi làm　　上班

☐
☐
Liên hoan　　公司聚餐

☐
☐
☐
Làm việc　　工作

☐
☐
☐
Làm thêm giờ　　加班

單字
使用方法

以上 5 個單字皆可放在白色框框中，成為完整的句子喔！

* **Ngày mai tôi phải** 公司生活 **.**

我明天要 公司生活 。

測驗一下

✔ 請找出和學校相關的單字，並走出迷宮。

Tốt nghiệp | 抵達 | Thi

Đến trường

Họp

Nhân viên thực tập

Nhập học

Nhận lương

Bảng

Giám đốc

Ra ngoài làm việc

Làm thêm giờ

Tan làm

Viết báo cáo | Văn phòng

Phòng học

Toán

Thư viện

出發

Nghỉ hè | Kết thúc buổi học

Đi công tác

正確答案

Phòng học｜ Nghỉ hè｜ Toán｜ Kết thúc buổi học｜ Thư viện｜ Nhập học｜ Thi｜
Bảng｜ Đến trường｜ Tốt nghiệp

實戰 基礎會話

將 單字使用方法 的句子帶入會話中，go！go！

A Bạn đang ở đâu? 你在哪裡？

B Tôi đang ở phòng học. 我在教室

學校地點

A Hôm nay bạn có tiết học gì? 你今天有什麼課？

B Hôm nay tôi có tiết học Toán. 今天我有數學課。

科目

A Khi nào bạn thi? 什麼時候考試？

B Tôi cũng không biết. 我也不知道。

學校生活

A Bạn có bút bi không? 你有原子筆嗎？

B Có, đây này. 有，這裡。

文具類

將 單字使用方法 的句子帶入會話中，go！go！

A　Giám đốc đi đâu rồi?　老闆去哪裡？

B　Anh ấy đã đến phòng họp.　他去會議室。

A　Trưởng bộ phận đang ở đâu?　部長在哪裡？

B　Hôm nay anh ấy đã xin nghỉ phép.　他今天休假。

職位、公司地點

公司生活

- 2 -

219

秋天好棒~太棒了~🍁

✓ **Thời gian** 時間

Rỗi 空閒

Kế hoạch 計畫

Rảnh 閒暇

Lịch trình 行程

以上 5 個單字皆可放在白色框框中，成為完整的句子喔！ 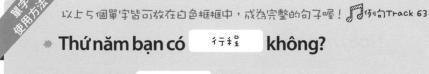 例句Track 63

❀ **Thứ năm bạn có** 行程 **không?**

星期四你有 行程 嗎？

行程

- [x] **Hẹn**　約定
- [ ]
- [ ]

- [ ] **Việc**　工作
- [ ]
- [ ]

- [ ] **Buổi gặp mặt**　聚會
- [ ]

- [ ] **Việc gấp**　急事
- [ ]
- [ ]

- [ ] **Hẹn uống rượu**　酒聚
- [ ]
- [ ]

單字使用方法

以上 5 個單字皆可放在白色框框中，成為完整的句子喔！

✦ **Ngày mai tôi có** ⌈行程⌋ .

明天我有 ⌈行程⌋ 。

行程

- [x] **Buổi đào tạo** — 教育
- [ ]
- [ ]

- [ ] **Cuộc hẹn hò** — 約會
- [ ]
- [ ]

- [ ] **Sự kiện** — 活動
- [ ]

- [ ] **Buổi họp** — 會面
- [ ]
- [ ]

- [ ] **Buổi phỏng vấn** — 面試
- [ ]
- [ ]

單字 使用方法

以上 5 個單字皆可放在白色框框中，成為完整的句子喔！

❈ 　行程　 **hôm qua thế nào?**

　昨天　 行程 　如何？

223

日期表達

 單字 Track 64

Thứ hai 星期一	**Thứ ba** 星期二
Thứ tư 星期三	**Thứ năm** 星期四
Thứ sáu 星期五	**Thứ bảy** 星期六
Chủ nhật 星期日	**Tuần sau** 下週
Tháng sau 下個月	**Năm sau** 明年

單字 使用方法

以上 10 個單字皆可放在白色框框中，成為完整的句子喔！ 例句 Track 64

* **Chúng ta gặp nhau vào** 日期表達 **nhé.**

我們 日期表達 見面吧！

224

月 日

日期表達

Tuần trước 上週	Tuần này 這週
Tháng trước 上個月	Tháng này 這個月
Năm ngoái 去年	Cuối tuần 週末
Ngày nghỉ 假日	Ngày kỉ niệm 紀念日
Ngày nghỉ lễ 公休日	Hai năm trước 以前

單字使用方法

以上 10個單字皆可放在白色框框中，成為完整的句子喔！

Chúng ta đã gặp nhau vào 日期表達 **nhỉ?**

我們 日期表達 有見面嗎？

活動地點

🎵 單字Track 65

☑
☐
☐

Rạp chiếu phim

電影院

☐
☐
☐

Bảo tàng mỹ thuật

美術館

☐
☐

Trung tâm thương mại

百貨公司

☐
☐
☐

Khu mua sắm

購物中心

☐
☐
☐

Quán cà phê

咖啡店

單字使用方法

以上5個單字皆可放在白色框框中，成為完整的句子喔！🎵例句Track 65

❋ Gặp nhau ở 活動地點 nhé!

活動地點 見面吧！

活動地點

✓

☐
☐
Phòng gym 健身房

☐
☐
☐
Nhà hàng 餐廳

☐
☐
Cửa hàng tiện lợi 便利商店

☐
☐
☐
Cửa hàng 商店

☐
☐
☐
Siêu thị 超市

單字
使用方法

以上 5 個單字皆可放在白色框框中，成為完整的句子喔！

❋ **Quán cà phê ở đối diện** 活動地點 **.**

咖啡店在 活動地點 對面。

活動地點

☑ ☐ ☐	**Ngân hàng**	銀行
☐ ☐ ☐	**Bưu điện**	郵局
☐ ☐	**Hiệu thuốc**	藥局
☐ ☐ ☐	**Bệnh viện**	醫院
☐ ☐ ☐	**Tiệm giặt**	洗衣店

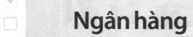

單字使用方法

以上 5 個單字皆可放在白色框框中，成為完整的句子喔！

● **Tôi phải đi** 活動地點 **trước.**

我要先去 活動地點 。

活動地點

☑
☐
☐ **Quán internet**

網咖

☐
☐
☐ **Lối vào**

入口

☐
☐ **Lối ra**

出口

☐
☐
☐ **Cửa chính**

正門

☐
☐
☐ **Quảng trường**

廣場

單字使用方法

以上5個單字皆可放在白色框框中，成為完整的句子喔！

＊ **Chúng ta gặp nhau ở** 活動地點 **nhé.**

我們在 活動地點 見面吧。

自然景觀

🎵單字Track 66

- [✓] **Bầu trời** — 天空

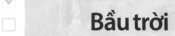

- [ ] **Mặt trời** — 海洋

- [ ] **Mặt trăng** — 月亮

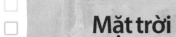

- [ ] **Ngôi sao** — 星星

- [ ] **Hoàng hôn** — 晚霞

單字使用方法

以上5個單字皆可放在白色框框中，成為完整的句子喔！🎵例句Track 66

＊ **Hãy nhìn** 自然景觀 **kìa!**

你看一下那 自然景觀 ！

自然景觀

✓	**Núi**	山
	Biển	海洋
	Rừng	森林
	Sông	河
	Thung lũng	溪谷

單字使用方法

以上5個單字皆可放在白色框框中，成為完整的句子喔！

❀ **Tôi chưa từng thấy** 自然景觀 **đẹp như thế này.**

我沒看過這麼漂亮的 自然景觀 。

自然景觀

✓	**Mặt trời mọc**	日出
	Mặt trời lặn	日落 
	Phong cảnh	風景
	Lá vàng	楓葉
	Hoa	花

單字使用方法

以上5個單字皆可放在白色框框中，成為完整的句子喔！

❋ **Cuối tuần này đi xem** 自然景觀 **đi.**

這個週末去看 自然景觀 吧！

自然景觀

- **Bãi biển** — 海邊
- **Bãi cát trắng** — 沙灘
- **Bờ biển** — 海岸
- **Hồ** — 湖水
- **Thảo nguyên** — 草原

單字使用方法

以上5個單字皆可放在白色框框中，成為完整的句子喔！

* **Nhìn kìa, [自然景觀] kia đẹp biết bao!**

看一下，那 [自然景觀] 多漂亮！

233

季節

♫ 單字 Track 67

☑ Mùa xuân　春

☐ Mùa hè　夏

☐ Mùa thu　秋

☐ Mùa đông　冬

單字使用方法

以上4個單字皆可放在白色框框中，成為完整的句子喔！ ♫ 例句 Track 67

❋ **Trong bốn mùa, tôi thích** 季節 **nhất.**

四季中我最喜歡 季節 。

天氣 🎵單字Track 68

- [✓]
- [ ]
- [ ] **Ấm áp** — 溫暖

- [ ]
- [ ]
- [ ] **Quang đãng** — 和煦

- [ ]
- [ ] **Dễ chịu** — 涼快

- [ ]
- [ ]
- [ ] **Mát mẻ** — 涼爽

- [ ]
- [ ]
- [ ] **Oi bức** — 悶熱

單字使用方法

以上 5 個單字皆可放在白色框框中，成為完整的句子喔！🎵例句Track 68

✴ **Dạo này thời tiết rất** [天氣] **.**

最近天氣很 [天氣] 。

235

天氣

- [✓] Nóng — 熱
- [ ]
- [ ]

- [ ] Lạnh — 冷
- [ ]
- [ ]

- [ ] Khô — 乾燥
- [ ]

- [ ] Ẩm thấp — 潮濕
- [ ]
- [ ]

- [ ] Khó chịu — 糟糕
- [ ]
- [ ]

單字使用方法

以上 5 個單字皆可放在白色框框中，成為完整的句子喔！

* **Mấy hôm nay thời tiết rất** [天氣] .

最近幾天天氣非常 [天氣] 。

天氣

- [x] **Mưa** — 下雨
- [ ] **Tuyết rơi** — 下雪
- [ ] **Gió thổi** — 吹風
- [ ] **Nhiều mây** — 多雲
- [ ] **Cát vàng** — 吹黃沙

單字 使用方法

以上5個單字皆可放在白色框框中，成為完整的句子喔！

* **Mùa này thường xuyên có** 天氣 **.**

這個季節經常 天氣 。

天氣

- [✓] **Trong xanh** | 晴朗
- [ ] **Âm u** | 陰暗
- [ ] **Có sấm** | 打雷
- [ ] **Có sét đánh** | 閃電
- [ ] **Có cầu vồng** | 出現彩虹

單字
使用方法

以上5個單字皆可放在白色框框中，成為完整的句子喔！

✦ **Hôm nay ở đây** | 天氣 | .

| 天氣 | 。

天氣

Mưa rào	下陣雨
Mưa đá	下冰雹
Mưa phùn	下毛毛雨
Sương mù	起霧
Bão	刮颱風

單字使用方法

以上5個單字皆可放在白色框框中，成為完整的句子喔！

✱ **Theo dự báo thời tiết, ngày mai có** 天氣 .

天氣預報說明天會 天氣 。

測驗一下

✔ 請找出下方畫線單字對應的越南語。

我去了<u>美術館</u>。
可能因為是<u>夏天</u>，
天氣非常<u>熱</u>。

1 Bảo tàng mỹ thuật

2 Cửa hàng tiện lợi

3 Mùa hè

4 Mùa thu

5 Oi bức

6 Lạnh

正確答案

❶ Bảo tàng mỹ thuật　　**❸** Mùa hè　　**❺** Oi bức

將 單字使用方法 的句子帶入會話中，go！go！

A　Thứ năm bạn có thời gian không?　星期四你有時間嗎？

B　Có.　有。

A　Tốt quá. Thế thì chúng ta gặp nhau vào thứ năm nhé.
　　太好了，那我們星期四見面吧。

B　Được, thế gặp nhau ở đâu?　好啊，在哪裡見面呢？

A　Gặp nhau ở rạp chiếu phim nhé!　在電影院見吧！

B　Ừ, thứ năm gặp nhé.　好，星期四見。

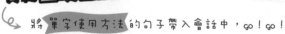

將單字使用方法的句子帶入會話中，go！go！

A　Hãy nhìn bầu trời kìa!　你看一下天空！

B　Ôi, đẹp quá!　哇，真漂亮！

A　Trong bốn mùa, tôi thích mùa thu nhất.
四季中我最喜歡秋天。

B　Tôi cũng thế.　我也是。

A　Dạo này thời tiết rất mát mẻ.　最近天氣很涼爽。

B　Đúng vậy.　對阿。

A　Nhưng mà, mùa này thường xuyên có gió thổi.
不過，這個季節很常有颱風。

B　Đúng thế.　沒錯。

自然景觀

季節

天氣

-2-

242

11 旅行

緊張
緊張

我的第一次海外旅行～♡

搭乘相關表達 🎵單字Track 69

- [x]
- [ ]
- [ ] **Vé máy bay** — 機票

- [ ]
- [ ]
- [ ] **Vé khứ hồi** — 往返票

- [ ]
- [ ] **Vé một chiều** — 單程票

- [ ]
- [ ]
- [ ] **Đồ ăn trên máy bay** — 飛機餐

- [ ]
- [ ]
- [ ] **Hàng miễn thuế** — 免稅品

單字使用方法

以上 5 個單字皆可放在白色框框中，成為完整的句子喔！🎵例句Track 69

✱ **Tôi có thể đặt** 搭乘相關表達 **được không?**

搭乘相關表達 可以預約嗎？

搭乘相關表達

| Đặt vé | 預約 |

| Thay đổi vé | 更改機票 |

| Hủy vé | 取消機票 |

Connecting Fright

| Nối chuyến | 轉機 |

| Xác nhận đặt vé | 確認預約 |

單字使用方法

以上5個單字皆可放在白色框框中，成為完整的句子喔！

* **Tôi có thể** 搭乘相關表達 **không?**

可以 搭乘相關表達 嗎？

飛機座位

🎵單字Track 70

- [✓] Ghế ngồi — 座位
- [ ]
- [ ]

- [ ]
- [ ] Ghế hạng nhất — 頭等艙
- [ ]

- [ ] Ghế hạng thương gia — 商務艙
- [ ]

- [ ]
- [ ] Ghế hạng phổ thông — 經濟艙
- [ ]

- [ ]
- [ ] Ghế gần cửa thoát hiểm — 緊急出口位置
- [ ]

單字使用方法

以上5個單字皆可放在白色框框中，成為完整的句子喔！🎵例句Track 70

★ Chuyến bay đến Hà Nội có 飛機座位 không?

往河內的班機有 飛機座位 嗎？

機內用品　單字Track 71

☑ ☐ ☐	**Chăn**	毯子
☐ ☐ ☐	**Tạp chí**	雜誌
☐ ☐	**Tai nghe**	耳機
☐ ☐ ☐	**Cốc giấy**	紙杯
☐ ☐ ☐	**Dép lê**	拖鞋

單字使用方法

以上5個單字皆可放在白色框框中，成為完整的句子喔！ 例句Track 71

＊ Có 機內用品 không?

有 機內用品 嗎？

機內用品

- [x] **Băng bịt mắt** — 眼罩
- [ ] **Cái bịt tai** — 耳塞
- [ ] **Sách mua sắm** — 購物手冊
- [ ] **Tờ khai nhập cảnh** — 外國人入境卡
- [ ] **Tờ khai hải quan** — 海關申告書

單字使用方法

以上 5 個單字皆可放在白色框框中，成為完整的句子喔！

* **Có thể mang cho tôi** 機內用品 **không?**

可以給我 機內用品 嗎？

入境目的

♪♪單字Track 72

✓
☐
☐ **Kinh doanh** 　　商務

☐
☐
☐ **Viếng thăm** 　　訪問

☐
☐ **Tham quan** 　　觀光

☐
☐
☐ **Du lịch** 　　旅遊

☐
☐
☐ **Xin việc** 　　就業

單字使用方法

以上5個單字皆可放在白色框框中，成為完整的句子喔！♪例句Track 72

❋ **Mục đích nhập cảnh là** ⌈ 入境目的 ⌋ **.**

入境目的是 ⌈ 入境目的 ⌋ 。

入境目的

☑
☐　　　**Học tập**　　　學習
☐

☐
☐　　　**Du học**　　　留學　
☐

☐
☐　　**Học ngoại ngữ**　　語言研修
☐

☐
☐　**Thăm người thân**　拜訪親戚
☐

☐
☐　　**Thăm bạn bè**　　拜訪朋友　
☐

單字
使用方法

以上5個單字皆可放在白色框框中，成為完整的句子喔！

● **Mục đích nhập cảnh của anh ấy là** 入境目的 **.**

他的入境目的是 入境目的 。

期間　 單字Track 73

- Một ngày — 一天

- Hai ngày — 兩天

- Ba ngày — 三天

- Ba ngày hai đêm — 三天兩夜

- Mười một ngày mười đêm — 11天10夜

 單字 使用方法

以上5個單字皆可放在白色框框中，成為完整的句子喔！ 例句Track 73

✱ Tôi định ở 　期間　.

預計停留　期間　。

期間

☑
☐
☐
Một tuần ┆ 一週

☐
☐
☐
Hai tuần ┆ 兩週

☐
☐
Một tháng ┆ 一個月

☐
☐
☐
Sáu tháng, Nửa năm ┆ 六個月、半年

☐
☐
☐
Một năm ┆ 一年

單字使用方法

以上 5 個單字皆可放在白色框框中，成為完整的句子喔！

❋ **Mới đó mà đã** 〔 期間 〕 **trôi qua.**

已經過了 〔 期間 〕 。

客房狀態  單字Track 74

☑ ☐ ☐	**Phòng**	房間
☐ ☐ ☐	**Phòng đơn**	單人房

☐ ☐	**Phòng đôi hai giường**	雙床房 
☐ ☐	**Phòng đôi giường đôi**	雙人房
☐ ☐ ☐	**Phòng suite**	套房 

單字使用方法

以上5個單字皆可放在白色框框中，成為完整的句子喔！ 例句Track 74

✱ **Có** 客房狀態 **không?**

有 客房狀態 嗎？

客房狀態

☑
☐
☐
Phòng hạng thương gia
商務房

☐
☐
☐
Phòng cấm hút thuốc
禁菸房

☐
☐
Phòng được hút thuốc
吸菸房

☐
☐
☐
Phòng dành cho nhóm
多人房

☐
☐
☐
Phòng đặc biệt
特別房

單字
使用方法

以上5個單字皆可放在白色框框中，成為完整的句子喔！

● Tôi định đặt ⬜客房狀態 .

我想預約 ⬜客房狀態 。

附加設施

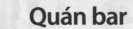 單字 Track 75

☑ ☐ ☐	**Quán bar**

酒吧

☐ ☐ ☐ **Quán karaoke**

KTV

Phòng xông hơi

桑拿浴

Casino

賭場

Tiệm làm tóc

美容院

 單字使用方法

以上5個單字皆可放在白色框框中，成為完整的句子喔！ 例句 Track 75

❋ **Trong khách sạn có** 附加設施 **không?**

飯店有 附加設施 嗎？

環境描述  單字 Track 76

- [x] **Sạch sẽ** — 乾淨
- [ ]
- [ ]

- [ ] **Yên tĩnh** — 安靜
- [ ]
- [ ]

Rộng — 寬敞
- [ ]
- [ ]

- [ ] **Nổi tiếng** — 有名
- [ ]
- [ ]

- [ ] **Thoải mái** — 爽快
- [ ]
- [ ]

 單字使用方法

以上 5 個單字皆可放在白色框框中，成為完整的句子喔！ 例句 Track 76

Khách sạn này rất 環境描述 **.**

這間飯店非常 環境描述 。

環境描述

☑ ☐ ☐	**Bẩn**	髒亂	
☐ ☐ ☐	**Ồn ào**	吵雜	
☐ ☐	**Chật**	狹窄	
☐ ☐ ☐	**Quê mùa**	陽春	
☐ ☐ ☐	**Bừa bộn**	糟糕	

單字使用方法

以上5個單字皆可放在白色框框中，成為完整的句子喔！

❋ Phòng này rất 環境描述 .

這間房間太過 環境描述 。

環境描述

✓
☐
☐
Đặc biệt
特別

☐
☐
☐
Độc đáo
獨特

☐
☐
Khủng khiếp
恐怖

☐
☐
☐
Heo hút
偏遠

☐
☐
☐
Lãng mạn
浪漫

單字使用方法

以上 5 個單字皆可放在白色框框中，成為完整的句子喔！

* **Khách sạn lần trước tôi ở rất** 環境描述 .

上次住的飯店相當 環境描述 。

飯店服務

🎵單字Track 77

| Gọi báo thức | 晨間喚醒服務 |

| Phục vụ tại phòng | 客房服務 |

| Dọn phòng | 客房清潔 |

| Giặt khô | 乾洗 |

| Thuê ô tô | 租車 |

單字使用方法

以上5個單字皆可放在白色框框中，成為完整的句子喔！🎵例句Track 77

* **Tôi muốn dùng dịch vụ** 飯店服務 **.**

我想使用 飯店服務 。

飯店服務

☑ ☐ ☐	**Giữ hành lý**

存放行李

☐ ☐ ☐	**Vận chuyển hành lý**

運送行李

☐ ☐	**Đổi tiền**

換錢

☐ ☐ ☐	**Phiên dịch**

口譯

☐ ☐ ☐	**Đón**

接送

單字使用方法

以上 5 個單字皆可放在白色框框中，成為完整的句子喔！

* **Xin** 飯店服務 **giúp tôi.**

請幫忙 飯店服務 。

✔ 請看寫好行程的行事曆，找出對應的越南語單字。

6月

Sun	Mon	Tue	Wed	Thu	Fri	Sat
				1	2	3
4	5 預約飯店的大間雙床房！	6	7 登記借車	8	9	10
11	12	13	14	15	16 去美國旅行!! ♥	17
18	19	20	21	22	23	24
25	26	27	28	29	30	

目的 Du lịch ┊ Xin việc ┊ Thăm người thân

期間 Một tuần ┊ Ba ngày ┊ Sáu tháng

房間 Phòng đơn ┊ Phòng đôi hai giường ┊ Phòng đặc biệt

環境 Yên tĩnh ┊ Rộng ┊ Nổi tiếng

服務 Gọi báo thức ┊ Phục vụ tại phòng ┊ Thuê ô tô

正確答案

目的：**Du lịch** ┊ 期間：**Một tuần** ┊ 房間：**Phòng đôi hai giường** ┊ 環境：**Rộng** ┊
服務：**Thuê ô tô**

實戰基礎會話

將單字使用方法的句子帶入會話中，go！go！

A Tôi có thể đặt vé máy bay được không?　可以預訂機票嗎？

B Được ạ.　可以。

A Vậy, chuyến bay đến Hà Nội có ghế hạng thương gia không?
那麼，往河內的班機有商務座位嗎？

B Có ạ.　有的。

A Có chăn không?　有毛毯嗎？

B Có ạ, xin chờ một chút.　有，請稍等。

A Mục đích nhập cảnh là gì?　入境目的是什麼？

B Mục đích nhập cảnh là tham quan.　入境目的是觀光。

A Anh ở mấy ngày?　要待多久呢？

B Tôi định ở ba ngày hai đêm.　預計待三天兩夜。

將 單字使用方法 的句子帶入會話中，go！go！

A　Có phòng đôi giường đôi không?　有雙人房嗎？

B　Có ạ.　有的。

A　Xin hỏi, trong khách sạn có phòng xông hơi không?
　　不好意思，飯店有桑拿浴嗎？

B　Có ạ.　有的。

A　Khách sạn này rất thoải mái.　這間飯店非常舒適。

C　Đúng thế, lại còn rất sạch sẽ.　對，而且很乾淨。

A　Xin chào, tôi muốn dùng dịch vụ gọi báo thức.
　　您好，我想使用晨間喚醒服務。

B　Vâng ạ.　我知道了。

請幫幫找！！

事件、事故

 單字 Track 78

✓
☐
☐ **Bị tai nạn** 　　出事

☐
☐
☐ **Bị thương** 　　受傷

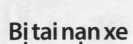

☐
☐ **Bị tai nạn xe** 　　出車禍

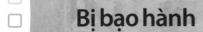

☐
☐
☐ **Bị bạo hành** 　　被施暴

☐
☐
☐ **Bị móc túi** 　　遭小偷

 單字使用方法

以上5個單字皆可放在白色框框中，成為完整的句子喔！ 例句 Track 78

● **Tôi** 事件、事故 **rồi.**

我 事件、事故 了。

事件、事故

Cháy　　失火

Đâm xe　　撞車

Lỡ tàu　　錯過列車

Bị hỏng　　故障

Bị lừa　　受騙

單字
使用方法

以上5個單字皆可放在白色框框中，成為完整的句子喔！

* **Nguy rồi,** 事件、事故 **rồi.**

　不好了，事件、事故 了。

266

個人物品　♪單字Track 79

Hộ chiếu	護照	
Đồ dùng cá nhân	攜帶物品	
Va li	旅行箱	
Đá quý	鑽石	
Đồ quý	貴重物品	

單字使用方法

以上5個單字皆可放在白色框框中，成為完整的句子喔！♪例句Track 79

✳ **Tôi bị mất 個人物品 rồi.**

我把 個人物品 弄丟了。

個人物品

✓ Gậy chụp ảnh	自拍棒
Chìa khóa ô tô	車鑰匙
Chìa khóa phòng	房間鑰匙
Tiền	錢
Máy chụp ảnh	相機

單字使用方法

以上5個單字皆可放在白色框框中，成為完整的句子喔！

✻ Tôi không tìm thấy 個人物品 **!**

我找不到 個人物品 ！

緊急表達

 單字Track 80

- [x] **Cúu tôi với!** — 請救救我！

- [ ] **Tôi phải làm sao đây?** — 怎麼了？

- [ ] **Xin hãy giúp đỡ!** — 拜託了！

- [ ] **Hãy cẩn thận.** — 請小心。

- [ ] **Tình huống khẩn cấp!** — 緊急狀況！

單字使用方法

以上 5 個單字皆可放在白色框框中，成為完整的句子喔！ 例句Track 80

* 緊急表達

緊急表達 。

處理狀況表達 🎵單字 Track 81

- [x] **Báo cảnh sát** | 報警

- [ ] **Khai báo mất đồ** | 掛失

- [ ] **Gọi xe cấp cứu** | 叫救護車

- [ ] **Xin cứu hộ** | 要求救援

- [ ] **Xin giúp đỡ** | 要求幫忙

單字使用方法

以上5個單字皆可放在白色框框中，成為完整的句子喔！🎵例句 Track 81

✲ **Mau** 處理狀況表達 **đi!**

請快 處理狀況表達 ！

✔ 請找出對應圖片情境的越南語單字，並於框框內填入選項。

❶ Bị lừa

❷ Hộ chiếu

❸ Cháy

❹ Tiền

❺ Bị thương

❻ Đồ quý

❼ Báo cảnh sát

❽ Hãy cẩn thận.

正確答案

❼ Báo cảnh sát ｜ ❸ Cháy ｜ ❷ Hộ chiếu ｜ ❽ Hãy cẩn thận.

實戰基礎會話

將單字使用方法的句子帶入會話中，go！go！

A　Nguy rồi. Tôi bị móc túi rồi.　大事不好了，我被偷了。

B　Anh có bị mất cái gì không?　有東西不見嗎？

A　Tôi bị mất hộ chiếu rồi.　我弄丟護照了。

B　Ôi trời ơi!　天啊！

B　Anh có bị mất gì nữa không?　有其他東西弄丟嗎？

A　Tôi không rõ. Tôi phải làm sao đây?　不太清楚，怎麼辦？

B　Mau báo cảnh sát đi!　趕快報警！

A　Đúng, đúng!　對，對！

事件、事故

個人物品

緊急表達

處理狀況表達

272

稱呼

人稱
代名詞

介系詞

連接詞

副詞

句型

日期

月、星期

種類詞

時間

期間

稱呼

ông	爺爺	**bà**	奶奶
bố	爸爸	**mẹ**	媽媽
anh	哥哥	**chị**	姊姊
em	弟弟、妹妹	**cháu**	姪子
bạn	朋友	**cậu**	朋友、舅舅
bác	伯父、伯母、姑媽、叔叔、阿姨	**chú**	小叔、叔叔
thầy	男老師	**cô**	姑媽、小姐、女老師

人稱代名詞

單數	第一人稱	**Tôi** 我 **Em** 我（謙卑）
	第二人稱	**Anh** 您（年長男子） **Chị** 您（年長女子） **Bạn** 你（男性朋友、女性朋友、同輩）**Em** 你（年幼男子、年幼女子） **Ông** 您（爺爺、具社會地位的男性） **Bà** 你（奶奶、具社會地位的女性） **Cô** 您（女老師、小姐）
	第三人稱	**Anh ấy** 他、那個哥哥（年長男子） **Chị ấy** 她、那個姐姐（年長女子） **Bạn ấy** 那個朋友、那個孩子（朋友、同輩） **Em ấy** 那個弟妹、那個孩子（年幼男子、年幼女子） **Ông ấy** 他（爺爺、具社會地位的男性） **Bà ấy** 她（奶奶、具社會地位的女性） **Cô ấy** 她（女老師、小姐）
複數	第一人稱 chúng ＋ 第一人稱	**Chúng tôi** 我們（聽者除外） **Chúng ta** 我們（包含聽者） **Chúng em** 我們
	第二人稱 Các ＋ 第二人稱	**Các anh** 你們、哥哥們 **Các chị** 妳們、姐姐們 **Các bạn** 朋友們 **Các em** 弟弟妹妹們
	第三人稱 Các ＋ 第三人稱	**Các anh ấy** 他們、那些哥哥們 **Các chị ấy** 她們、那些姐姐們 **Các bạn ấy** 那些朋友們 **Các em ấy** 那些弟妹們、那些孩子們 **Họ** 他們 ＊單字含有「他們」的複數之意，不加「Các」

介系詞

ở	在～	**地點前** **Chúng ta gặp nhau ở lối vào công viên nhé.**　我們在公園入口見吧！
lúc	在～	**時間前** **Tôi thường đi làm lúc bảy giờ sáng.** 我通常早上七點上班。
vào	在～	**時間、地點前** **Ngày nào tôi cũng tập thể dục vào buổi sáng.**　我每天早上做運動。 **Tôi sẽ đi du lịch ở Việt Nam vào mùa thu năm nay.**　我今年秋天要去越南旅行。
với	和～一起	**對象前** **Tuần sau, tôi sẽ đi du lịch Thái Lan với cô ấy.** 下週我和她要（一起）去泰國旅行。
về	關於～ 往～	**對象前** **Hãy giới thiệu về bản thân.** 請向我介紹你自己。 **方向前** **Cô Lan đi bộ về phía quán cà phê.** 藍小姐往咖啡店的方向走去。

介系詞

bằng	用～	**手段、方式前** **Chúng ta đi bằng xe máy nhé.** 我們騎車去吧！ **工具前** **Người Việt Nam ăn cơm bằng đũa.** 越南人用筷子吃飯。 **材料前** **Cái bàn này làm bằng gỗ.** 這張桌子用木頭製作。
từ	從～點	**時間、地點前** **Cuộc họp bắt đầu từ mấy giờ?** 會議從幾點開始？ **Từ đây cứ đi thẳng anh sẽ nhìn thấy hồ Hoàn Kiếm.** 從這裡過去，會看到還劍湖。
đến	關於～ 到～	**對象前** **Tôi rất quan tâm đến văn hóa Việt Nam.** 我對越南文化很感興趣。 **時間前** **Tôi thường làm thêm giờ đến chín giờ tối.** 我通常加班到晚上九點。

介系詞

đến	到～	**地點前** **Từ đây đến đó không xa lắm.** 從這裡到那裡不會太遠。
trước	～前面	**地點前** **Trước nhà tôi có công viên rất rộng.** 我們家前面有很大的公園。
	～前、以前	**時間前** **Tôi thường đi ngủ trước mười giờ tối.** 我通常晚上十點前睡覺。
trong	～之內	**空間前** **Trong tủ lạnh có nhiều hoa quả và bánh ngọt.** 冰箱裡有很多水果和蛋糕。
	～之中	**範圍前** **Trong lớp tôi, Hùng chăm chỉ nhất.** 我們班裡宏最勤勞。
	～期間	**期間前** **Tôi đã học tiếng Việt trong hai tháng.** 我學了越南語兩個月。

介系詞

sau	～後	地點前 **Cửa hàng tiện lợi ở phía sau trường đại học.** 便利商店在大學後方。
	～以後	時間、時間點前 **Vì nhiều việc nên anh ấy thường ăn tối sau tám giờ.** 因為事情多，所以他通常晚上八點後吃晚餐。
ngoài	～外	地點前 **Ngoài cửa sổ, tuyết đang rơi nhiều.** 窗戶外正在下大雪。
trên	～上	空間、事物前 **Điện thoại ở trên bàn.** 手機在書桌上。
giữa	～間、 之間	地點前 **Rạp chiếu phim ở giữa hiệu sách và siêu thị.** 電影院在書店和超市間。
dưới	～下	空間、事物前 **Chìa khóa ở bên dưới ghế sofa.** 鑰匙在沙發下方。

副詞

rất	相當、非常、十分 被修飾詞前	**Nhà hàng này rất nổi tiếng.** 這間餐廳非常有名。
quá	相當、非常、十分（感嘆、正面） 被修飾詞後	**Nhìn kìa, hoàng hôn đẹp quá!** 你看，夕陽非常美！
lắm	相當、非常、十分 被修飾詞後	**Phim này hay lắm.**　這部電影十分有趣。
khá	十足、相當地	**Dạo này tôi khá bận.**　最近我相當忙。
hơi	有點、少許	**Cái áo này hơi to.**　這衣服有點大。
thật	真的、真正	**Tôi muốn mua một cái túi xách thật đẹp cho em gái.** 我真的很想買漂亮的包包給妹妹。
vẫn	仍然 尚未	**Bố mẹ tôi vẫn khỏe.** 我的父母還是很健康。 **Cô ấy vẫn chưa đến.** 她還沒來。
còn	尚未	**Anh Nam còn độc thân.** 南還沒結婚。

副詞

cùng	一起	**Tôi sống cùng bố mẹ ở chung cư.** 我和父母一起住在公寓。
luôn	總是	**Anh ấy luôn giữ lời hứa.** 他總是遵守約定。
luôn luôn	總是	**Cô ấy luôn luôn đến muộn.** 她總是遲到。
thường	通常	**Bố tôi thường uống cà phê vào buổi sáng.** 我爸爸通常早上喝咖啡。
thường xuyên	經常、 一般來說	**Tôi thường xuyên đến thư viện và đọc sách.** 我經常去圖書館看書。
hay	經常	**Gia đình tôi hay đi mua sắm vào cuối tuần.** 我家人週末常常去購物。
thường hay	經常	**Tôi thường hay xem phim đến khuya.** 我經常看連續劇到很晚。

副詞

Thỉnh thoảng	偶爾、有時候	**Thỉnh thoảng** tôi bị đau đầu và chóng mặt. 我有時候會頭痛、暈眩。
đôi khi	偶爾、有時候	**Đôi khi** tôi muốn ở một mình. 偶爾想要一個人。
ít khi	幾乎不～	Tôi **ít khi** đi du lịch nước ngoài. 我幾乎不去國外旅遊。
không bao giờ	幾乎不～	Tôi **không bao giờ** hút thuốc lá. 我幾乎不抽菸。

連接詞

và	和、並且	**Món ăn ở nhà hàng này ngon và rẻ.** 這間餐廳的食物美味又平價。
còn	而且、然而（轉換話題）	**Tôi thích ăn phở, còn em tôi thích ăn bánh mì.** 我喜歡河粉，但妹妹喜歡越式三明治。
nhưng	不過、但是	**Cái áo này đẹp nhưng đắt quá.** 這件衣服漂亮，但很貴。
hoặc	或是、或者（敘述句）	**Anh gọi điện thoại hoặc gửi email cho tôi đều được.** 可以打電話或寄信給我。
hay	不然～、或者（疑問句、敘述句）	**Anh uống cà phê hay trà sữa?** 要喝咖啡還是喝奶茶。 **Tôi thường xem tivi hay xem phim ở nhà.** 我通常在家看電視或看電影。
mà	但是	**Tôi muốn thăm hồ Hoàn Kiếm mà không biết đường.** 我想去看還劍湖，但不認識路。

連接詞

tuy nhiên	然而、 但是	**Cái máy giặt này tốt, tuy nhiên giá hơi cao.** 這台洗衣機很好，但價格有點貴。
hơn nữa	再加上、 再者	**Khách sạn này rất tiện nghi, hơn nữa nhân viên rất thân thiện.** 這間飯店設施很好，加上職員也親切。
Ngoài ra	此外	**Nhà hàng này có phở, ngoài ra còn có bún chả.** 這間餐廳有河粉，另外也有烤肉米線。
Vả lại	再加上、 另外	**Phong cảnh Việt Nam rất đẹp. Vả lại, con người cũng rất thân thiện.** 越南風景美麗，再加上人們也親切。

句型

Vì A nên B	因為～	**Vì** sofa nhà tôi rất cũ **nên** tôi muốn mua cái mới. 我們家的沙發太老舊，想買新的。
Bởi vì A cho nên B	因為～	**Bởi vì** muốn làm việc ở Việt Nam **cho nên** tôi học tiếng Việt. 我想在越南工作，所以學習越語。
không những A mà còn B	不僅～ 還～	Quả này **không những** ngon **mà còn** tốt cho sức khỏe. 這個水果不僅好吃，對健康也好。
không chỉ A mà còn B	不僅～ 還～	Cô Lan **không chỉ** giỏi tiếng Anh **mà còn** thành thạo tiếng Nhật. 蘭不僅英文好，日語也很流暢。
vừa A vừa B	既～又～	Cô ấy **vừa** xinh **vừa** thông minh. 她既漂亮又聰明。
	～同時	Chị Lan **vừa** uống cà phê **vừa** làm việc. 蘭姊姊一邊喝咖啡一邊工作。

句型

càng A càng B	越來越～	**Quyển sách này càng đọc càng thú vị.** 這本書越讀越有趣。
càng ngày càng	越來越～	**Thời tiết càng ngày càng trở nên ấm áp.** 天氣越來越溫暖。
cả A và B **cả A lẫn B**	～和 ～兩個	**Hôm nay cả rau và hoa quả đều rẻ.** 今天蔬菜和水果兩個都便宜。 **Chị ấy gọi cả nem rán lẫn bún chả.** 那個姊姊春捲和烤肉米線兩個都點了。
Sở dĩ A là vì B	因為～	**Sở dĩ hôm nay tôi nghỉ làm là vì bị đau đầu.** 今天工作休息是因為頭痛。
Nếu A thì B	如果～	**Nếu không muốn ăn phở thì hãy gọi món khác.** 如果不想吃河粉，就點別的。
Khi A thì B	～時～	**Khi tôi đến thì chị ấy đang ngủ.** 我來的時候姊姊在睡覺。
Mặc dù A nhưng B	儘管～	**Mặc dù bị ốm nhưng cô ấy vẫn đi làm.** 儘管不舒服，她還是去上班。

句型

tuy A nhưng B	儘管～	**Món ăn này tuy ngon nhưng hơi ngấy.** 儘管這道料理很好吃，卻有點油膩。
Dù A nhưng B	儘管～	**Dù đã gặp nhiều lần nhưng tôi không nhớ tên cô ấy.** 儘管見過幾次面，我還是不記得她的名字。

種類詞

❋ **種類詞** 位於名詞前方，表示名詞種類的單字。和數字一起使用的話，就成為單位名詞。

cái
個（數物品的單位）

con
隻

quyển / cuốn
本

quả
個

tờ
張
（紙張或報紙等平面物品）

đôi
雙、對

chiếc
個（數機器的單位，或用於數組合中的個別單位）

bức / tấm
數照片、圖畫（四方形）等的單位

bộ
組、套

Mười hai giờ

Mười một giờ

Một giờ

Mười giờ

Hai giờ

Chín giờ

Ba giờ

Tám giờ

Bốn giờ

Bảy giờ

Năm giờ

Sáu giờ

月

1~12月

Tháng một 1月	**Tháng hai** 2月	**Tháng ba** 3月
Tháng tư 4月	**Tháng năm** 5月	**Tháng sáu** 6月
Tháng bảy 7月	**Tháng tám** 8月	**Tháng chín** 9月
Tháng mười 10月	**Tháng mười một** 11月	**Tháng mười hai** 12月

星期

• Sunday	• Monday	• Tuesday	• Wednesday
Chủ nhật 星期日	**Thứ hai** 星期一	**Thứ ba** 星期二	**Thứ tư** 星期三

• Thursday	• Friday	• Saturday
Thứ năm 星期四	**Thứ sáu** 星期五	**Thứ bảy** 星期六

日期

 1~31日 *日期1日~10日的數字前面要加 mùng/mỗng。

● Sunday	● Monday	● Tuesday	Wednesday	● Thursday	● Friday	●Saturday
1 **ngày mùng** **một** 1日	2 **ngày mùng** **hai** 2日	3 **ngày mùng** **ba** 3日	4 **ngày mùng** **bốn** 4日	5 **ngày mùng** **năm** 5日	6 **ngày mùng** **sáu** 6日	7 **ngày mùng** **bảy** 7日
8 **ngày mùng** **tám** 8日	9 **ngày mùng** **chín** 9日	10 **ngày mùng** **mười** 10日	11 **ngày** **mười một** 11日	12 **ngày** **mười hai** 12日	13 **ngày** **mườii ba** 13日	14 **ngày** **mười bốn** 14日
15 **ngày** **mười lăm** 15日	16 **ngày** **mười sáu** 16日	17 **ngày** **mười bảy** 17日	18 **ngày** **mười tám** 18日	19 **ngày** **mười chín** 19日	20 **ngày hai** **mươi** 20日	21 **ngày hai** **mươi mốt** 21日
22 **ngày hai** **mươi hai** 22日	23 **ngày hai** **mươi ba** 23日	24 **ngày hai** **mươi bốn/tư** 24日	25 **ngày hai** **mươi lăm** 25日	26 **ngày hai** **mươi sáu** 26日	27 **ngày hai** **mươi bảy** 27日	28 **ngày hai** **mươi tám** 28日
29 **ngày hai** **mươi chín** 29日	30 **ngày ba** **mươi** 30日	31 **ngày ba** **mươi mốt** 31日				

期間

小時	天	週	月
Một tiếng 1小時	Một ngày 1天	Một tuần 1週	Một tháng 一個月
Hai tiếng 2小時	Hai ngày 2天	Hai tuần 2週	Hai tháng 兩個月
Ba tiếng 3小時	Ba ngày 3天	Ba tuần 3週	Ba tháng 三個月
Bốn tiếng 4小時	Bốn ngày 4天	Bốn tuần 4週	Bốn tháng 四個月
Năm tiếng 5小時	Năm ngày 5天	Năm tuần 5週	Năm tháng 五個月
Sáu tiếng 6小時	Sáu ngày 6天	Sáu tuần 6週	Sáu tháng 六個月
Bảy tiếng 7小時	Bảy ngày 7天	Bảy tuần 7週	Bảy tháng 七個月
Tám tiếng 8小時	Tám ngày 8天	Tám tuần 8週	Tám tháng 八個月
Chín tiếng 9小時	Chín ngày 9天	Chín tuần 9週	Chín tháng 九個月
Mười tiếng 10小時	Mười ngày 10天	Mười tuần 10週	Mười tháng 十個月
Mười một tiếng 11小時	Mười một ngày 11天	Mười một tuần 11週	Mười một tháng 十一個月
Mười hai tiếng 12小時	Mười hai ngày 12天	Mười hai tuần 12週	Mười hai tháng 十二個月

★ 特別收錄

越南語單字總測驗

努力
練習

單字總測驗

學完前面的越南語單字後，讓我們自我測驗看看是否都已認識以下這些常見單字吧！請用手或遮字卡，將以下單字的「中文」蓋住，測試自己能不能答出該單字的中文意思。

01	**Học sinh**	學生
02	**Chó**	狗
03	**Mỹ**	美國
04	**Bố**	爸爸
05	**Đi du lịch**	旅行
06	**Bánh kẹo**	餅乾

單字總測驗

07	**Đánh răng**	刷牙
08	**Điện thoại di động**	手機
09	**Giấy vệ sinh**	衛生紙
10	**Ngày mai**	明天
11	**Xà phòng / Xà bông**	肥皂
12	**Bàn chải đánh răng**	牙刷

13	**Phòng vệ sinh**	廁所
14	**Ngủ**	睡覺
15	**Sân bay**	機場
16	**Thìa / Muỗng**	湯匙
17	**Máy vi tính**	電腦
18	**Máy tính xách tay**	筆記型電腦

19	**Máy sấy tóc**	吹風機
20	**Dây chuyền**	項鍊
21	**Thẻ tín dụng**	信用卡
22	**Tiền mặt**	現金
23	**Hoa quả**	水果
24	**Cảm cúm**	感冒

25	**Trà sữa**	奶茶
26	**Cửa hàng tiện lợi**	便利商店
27	**Siêu thị**	超市
28	**Lối vào**	入口
29	**Lối ra**	出口
30	**Dứa / Thơm**	鳳梨

單字總測驗

31	**Nước suối**	水
32	**Trường**	學校
33	**Ký túc xá**	宿舍
34	**Thư viện**	圖書館
35	**Tàu hoả / Xe lửa**	火車
36	**Đèn giao thông**	紅綠燈

外語學習 系列 003

全方面破解越南語基礎單字
獨家遮字卡╳百搭例句╳實戰對話的必勝「三」步曲

想自學也沒問題！讓入門初學者也能學會越南語的單字手冊

作　　者	Trinh Thi Phuong
審　　訂	洪嬪娜
譯　　者	Joung
顧　　問	曾文旭
社　　長	王毓芳
編輯統籌	黃璽宇、耿文國
主　　編	吳靜宜
執行主編	潘妍潔
執行編輯	吳芸蓁、吳欣容、范筱翎
美術編輯	王桂芳、張嘉容
法律顧問	北辰著作權事務所　蕭雄淋律師、幸秋妙律師

初　　版	2023年7月
出　　版	捷徑文化出版事業有限公司──資料夾文化出版
電　　話	（02）2752-5618
傳　　真	（02）2752-5619

定　　價	新台幣499元／港幣166元
產品內容	1書

總 經 銷	采舍國際有限公司
地　　址	235 新北市中和區中山路二段366巷10號3樓
電　　話	（02）8245-8786
傳　　真	（02）8245-8718

港澳地區總經銷	和平圖書有限公司
地　　址	香港柴灣嘉業街12號百樂門大廈17樓
電　　話	（852）2804-6687
傳　　真	（852）2804-6409

本書部分圖片由freepik圖庫提供。

捷徑Book站

本書如有缺頁、破損或倒裝，
請聯絡捷徑文化出版社。

【版權所有　翻印必究】

國家圖書館出版品預行編目資料

全方面破解越南語基礎單字,獨家遮字卡X百
搭例句X實戰對話的必勝「三」步曲 / Trinh
Thi Phuong作；Joung譯. -- 初版.-- 臺北市：
捷徑文化──資料夾文化, 2023.07
　　面；　公分（外語學習003）
ISBN 978-626-7116-38-8 (平裝)

1.CST: 越南語 2.CST: 詞彙

803.792　　　　　　　　　　112009882